**BA ĐIỂM TINH YẾU
TRÊN ĐƯỜNG
TU TẬP**

**THREE PRINCIPAL
ASPECTS OF THE PATH**

BA ĐIỂM TINH YẾU TRÊN ĐƯỜNG TU TẬP

ĐỨC ĐẠT-LAI LẠT-MA XIV

Việt dịch: TIỂU NHỎ

Hiệu đính: NGUYỄN MINH TIẾN

Bản quyền thuộc về dịch giả và Nhà xuất bản Liên Phật Hội (United Buddhist Publisher - UBP)

Copyright © 2019 by United Buddhist Publisher
ISBN-13: 978-1-0904-4969-6
ISBN-10: 1-0904-4969-0

© All rights reserved. No part of this book may be reproduced by any means without prior written permission from the publisher.

ĐỨC ĐẠT-LAI LẠT-MA XIV

Việt dịch: *TIỂU NHỎ*
Hiệu đính: *NGUYỄN MINH TIẾN*

BA ĐIỂM TINH YẾU TRÊN ĐƯỜNG TU TẬP

NGUYÊN TÁC: THREE PRINCIPAL
ASPECTS OF THE PATH

TRÌNH BÀY SONG NGỮ ANH-VIỆT

NHÀ XUẤT BẢN LIÊN PHẬT HỘI
UNITED BUDDHIST PUBLISHER

BA ĐIỂM TINH YẾU TRÊN ĐƯỜNG TU TẬP

THREE PRINCIPAL ASPECTS OF THE PATH

Bài giảng của đức Đạt-lai Lạt-ma XIV

The translation group of this book dedicate this work to His Holiness the Dalai Lama 14th.

Những người thực hiện xin kính dâng bản dịch này lên Đức Đạt-lai Lạt-ma XIV.

9

LỜI NÓI ĐẦU

Tập sách này là bản Việt dịch từ một bài giảng của Đức Đạt-lai Lạt-ma XIV, được ngài Rajiv Mehrotra - đệ tử của đức Đạt-lai Lạt-ma - trực tiếp ban cho chúng tôi cùng với 5 bài giảng khác nữa, kèm theo một văn bản cho phép chuyển dịch tất cả sang Việt ngữ và phát hành ở dạng song ngữ Anh-Việt. **Ba điểm tinh yếu trên đường tu tập** là bài giảng giải chi tiết về ý nghĩa một bài kệ rất nổi tiếng của Đại sư Tongskhapa (Tông-khách-ba).

Mặc dù đây là một phần giáo pháp rất uyên áo, không dễ nắm hiểu, nhưng đức Đạt-lai Lạt-ma đã hết sức khéo léo trong sự trình bày mạch lạc và luận giải chặt chẽ, khiến cho người đọc có thể nắm hiểu được từng vấn đề theo một trình tự tiến dần lên. Qua đó, những phần tinh yếu của giáo pháp được giảng rõ và người đọc có được cơ hội để học hỏi bài kệ của ngài Tongskhapa một cách dễ dàng hơn rất nhiều so với khi chỉ đọc nguyên bản. Ngoài ra, việc trình bày song ngữ Anh-Việt cũng là một lợi thế rất lớn cho các độc giả sử dụng được tiếng Anh, vì có thể đối chiếu ngay từng câu văn, đoạn văn của nguyên tác nếu thấy còn có chỗ khó hiểu.

Chúng tôi thành kính tri ân đức Đạt-lai Lạt-ma XIV và ngài Rajiv Mehrotra đã dành cho chúng tôi một đặc ân ngoài cả sự mong đợi khi ban tặng những giáo pháp này, và chúng tôi cũng ngầm hiểu rằng đây là một món quà vô giá mà các ngài muốn thông qua

7

chúng tôi để gửi tặng tất cả Phật tử Việt Nam, những ai mong muốn được học hỏi Chánh pháp của đức Thế Tôn từ lời dạy của các bậc cao tăng đương đại. Chúng tôi cũng cảm tạ Lobsang Jordhen đã chuyển dịch từ Tạng ngữ sang Anh ngữ để chúng tôi có cơ hội Việt dịch và giới thiệu cùng độc giả Việt Nam. Xin cảm ơn Jeremy Russell đã làm công việc hiệu đính bản Anh ngữ.

Mặc dù đã nỗ lực hết sức trong quá trình chuyển dịch nhưng chắc chắn không thể tránh khỏi ít nhiều sai sót. Chúng tôi xin nhận phần trách nhiệm đối với mọi khiếm khuyết trong việc dịch thuật cũng như trình bày và rất mong mỏi sẽ nhận được những góp ý chỉ dạy từ quý độc giả gần xa.

Cuối cùng, những người thực hiện sách này xin hồi hướng mọi công đức về cho tất cả chúng sanh hữu tình. Nguyện cho sự ra đời của tập sách này sẽ giúp cho tất cả những ai hữu duyên gặp được nó đều sẽ nhanh chóng phát tâm Bồ-đề và dũng mãnh tinh tấn trên đường tu tập cho đến ngày thành tựu giác ngộ viên mãn.

NHỮNG NGƯỜI THỰC HIỆN

6

BA ĐIỂM TINH YẾU
TRÊN ĐƯỜNG TU TẬP

Giáo pháp của Ngài Tsongkhapa
do Đức Đạt Lai Lạt Ma giảng giải

Dịch sang Anh ngữ: Lobsang Jordhen
Biên tập: Jeremy Russell

DẪN NHẬP

*H*ôm nay tôi sẽ giảng về ba điểm tinh yếu trên đường tu tập. Như thường lệ, trước khi bắt đầu chúng ta sẽ thực hiện ba nghi thức để tịnh hóa tâm thức, rồi sau đó sẽ tụng Tâm kinh [Bát-nhã].

Bây giờ chúng ta hãy cùng cúng dường mạn-đà-la.

Khi truyền giảng bất cứ giáo pháp nào thì cả người nghe Pháp lẫn người giảng Pháp đều phải có một động cơ trong sáng. Nhất là khi nghe giảng về giáo pháp Đại thừa thì trước hết bạn cần phải quy y nơi Phật, Pháp và Tăng-già để tự bảo vệ mình không đi theo tà đạo và thứ hai là phải phát tâm Bồ-đề vì tất cả chúng sinh, nhằm tự phân biệt mình với hành giả của các dòng tu thấp hơn. Do đó, chúng ta phải quán tưởng hai điều: Thứ nhất là quy y Phật, Pháp và Tăng-già vì lợi lạc của tất cả chúng sinh, kế đến là khởi tâm khát ngưỡng sự giác ngộ vì tất cả chúng sinh. Với động cơ như vậy, chúng ta cần tụng đọc bài kệ quy y Phật, Pháp và Tăng-già ba lần đồng thời quán tưởng mạnh mẽ là ta đang làm như thế vì lợi lạc của tất cả chúng sinh.

THREE PRINCIPAL ASPECTS OF THE PATH

Teachings on Jey Tsongkhapa's
by His Holiness the Dalai Lama

Translated by Lobsang Jordhen
Edited by Jeremy Russell

Today I am going to explain the Three Principal Aspects of the Path. As usual, before beginning a teaching, we will do the three practices for cleaning our mental continuums and then we will recite the Heart Sutra.

Now make the mandala offering.

Whatever teachings are being given both the listener and the teacher should have a pure motivation. Especially when you listen to a Mahayana teaching, you should firstly take refuge in the Buddha, Dharma and Sangha to protect yourself from following the wrong path, and secondly you should generate an altruistic mind of enlightenment to differentiate yourself from followers of lower paths. Therefore we should visualize two points: firstly, taking refuge in the Buddha, Dharma and Sangha for the benefit of all sentient beings, then generating the altruistic aspiration to enlightenment for the sake of all sentient beings. So with this motivation, we should recite the verse for taking refuge in the Buddha, Dharma and Sangha three times, clearly visualizing that we are doing so for the benefit of all sentient beings.

Ba điểm tinh yếu trên đường tu tập

Sau khi đức Vô thượng Chánh giác đạt đến giác ngộ tại Bồ-đề Đạo tràng, ngài đã giảng pháp Tứ diệu đế: Khổ đế, Tập đế, Diệt đế và Đạo đế. Giáo pháp này đã trở thành căn bản hay nền tảng cho mọi giáo pháp mà Ngài truyền giảng sau này.

Mặc dù đức Phật thuyết giảng về Tứ diệu đế trong lần chuyển pháp luân thứ nhất nhưng ý nghĩa của Diệt đế lại được thuyết giảng rõ ràng nhất trong lần chuyển pháp luân thứ hai. Vào lúc đó, ngài đã thuyết giảng về ý nghĩa tánh Không một cách trực tiếp và cũng hàm ý thuyết giảng về các giai đoạn tu tập. Nói cách khác, trong khi thuyết giảng về tánh Không một cách trực tiếp, Ngài đã chỉ dạy ý nghĩa của cả hai chân lý: chân lý theo quy ước (Tục đế) và chân lý tuyệt đối (Chân đế), cùng với ý nghĩa rốt ráo của Niết-bàn và tịch diệt.

Trong lần chuyển pháp luân thứ ba, đức Phật dạy về ý nghĩa của Phật tính trong kinh Như Lai tạng, hình thành cơ sở cho *Đại thừa Tối thượng luận* (Tối thượng du-già) của đức Di-lặc. Ngài dạy rằng chúng sinh đều có Phật tính, tức là khả năng đạt giác ngộ chủ yếu nhờ bản chất của tâm, vốn không tồn tại trên cơ sở tự tính nên thích hợp để chuyển hóa sang trạng thái giác ngộ. Luận dạy rõ rằng bản chất của tâm rất thanh tịnh, không cấu nhiễm nên thích hợp cho việc đạt giác ngộ. Lý do là mọi thứ không có tự tính đều có thể được chuyển hóa và phụ thuộc vào nhân duyên. Trong *Căn Bản Trung quán luận,* ngài Long Thọ đã nói:

> *Đối với các thứ mà tánh Không khả dĩ,*
> *Thì mọi việc là có thể.*

Three principal aspects of the path

After the Incomparable Buddha had attained enlightenment at Bodh Gaya, he taught the Four Noble Truths: true sufferings, the true causes of suffering, true cessations and true paths. This became the basis or foundation for all the later teachings he gave.

Although the Buddha taught the Four Noble Truths during his first turning of the wheel of the doctrine, the meaning of true cessation was most explicitly taught during the second turning of the wheel of doctrine. At that time he taught the meaning of emptiness directly, and implicitly taught the stages of the path. In other words, while teaching emptiness directly, he taught the meaning of the two truths, conventional and ultimate truth, and the complete meaning of nirvana and cessation.

During the third turning of the wheel of doctrine, the Buddha taught the meaning of Buddha nature in the Tathagata Essence Sutra that forms the basis for Maitreya's Sublime Science, (Uttaratantra). He explained that sentient beings have a Buddha nature or an ability to become enlightened mainly in terms of the nature of the mind, which is empty of inherent existence and thus suitable to be transformed into enlightenment. It is very clearly explained in the Sublime Science that the mind is by nature very pure and free of defilement which makes it suitable for attaining enlightenment. This is because anything which lacks inherent existence is changeable, and subject to causes and conditions. As Nagarjuna says in this text called Fundamental Wisdom,

> For whichever (system) emptiness is possible
> For that all is possible.

13

Ba điểm tinh yếu trên đường tu tập

Đối với các thứ mà tánh Không không có,
Thì không có gì khả thi.[1]

Tánh Không có nghĩa là không có sự tồn tại trên cơ sở tự tính, và điều này có nghĩa là phụ thuộc vào cái khác, phụ thuộc vào các nhân và các duyên. Khi ta nói pháp[2] này phụ thuộc pháp khác thì có nghĩa là khi pháp khác thay đổi thì pháp này cũng thay đổi theo. Nếu pháp này không phụ thuộc vào pháp khác và có tự tính [độc lập] thì lẽ ra nó sẽ không bị thay đổi do các điều kiện khác.

Như vậy, trong lần chuyển pháp luân thứ hai, khi dạy rằng các pháp vốn không có tự tính tự tồn, đức Phật đã chỉ rõ rằng [chúng ta] có thể làm cho các pháp thay đổi, vì chúng phụ thuộc vào các nhân duyên. Mặc dù pháp vốn không có tự tính [tự tồn], nhưng khi chúng xuất hiện trước ta, ta nghĩ rằng chúng tồn tại trên cơ sở tự tính. Không những [ta thấy] các pháp hiện ra như thể là tự chúng tồn tại, mà ta còn bám chấp vào chúng và xác quyết rằng chúng tồn tại trên cơ sở tự tính. Do đây mà chúng ta khởi sinh lòng ham muốn, khao khát, sân hận và nhiều [tâm hành xấu] khác... Khi ta tiếp cận với một đối tượng nào đó lý thú hay hấp dẫn, ta khởi sinh nhiều tham luyến vào đó; và khi ta gặp phải điều gì đáng ghét hay không hấp dẫn thì ta khởi sân hận. Như vậy, các vấn đề như sân hận và tham lam đều khởi sinh từ sự nhận thức [sai lệch về] các pháp như là tồn tại trên cơ sở tự tính.

Sự nhận thức rằng các pháp tồn tại trên cơ sở tự tính là

---

[1]Nếu dựa theo bối cảnh tranh luận khi đưa ra bài kệ này thì có thể dịch rõ ý hơn là: "Bất kỳ [luận điểm] nào xét đến tánh Không, đều có khả năng được chấp nhận. Bất kỳ [luận điểm] nào không xét đến tánh Không, đều không thể chấp nhận." (ND)

[2]Chữ pháp (Sanskrit:dharma) ở đây chỉ đến mọi sự vật hay hiện tượng. (ND)

Three principal aspects of the path

For whichever (system) emptiness is not possible
For that nothing is possible.

The meaning of emptiness is being empty of inherent existence and that means being dependent on something else, being dependent on causes and conditions. When we say something is dependent on other phenomena, it means that when those phenomena change, that particular thing will also change. If it were not dependent on something else and had inherent existence, then it would not be subject to change due to other conditions.

So, during the second turning of the wheel of doctrine, teaching that phenomena lack inherent existence, the Buddha taught clearly that phenomena can be made to change, because they are dependent on causes and conditions. Now although phenomena lack inherent existence, when they appear to us, we think that they exist inherently. Not only do phenomena appear as if they are inherently existent, but we also become attached to them and determine that they exist inherently. In this way we generate craving, desire, anger and so forth. When we encounter some pleasant or interesting object, we generate a lot of attachment and if we see something distasteful or unappealing, we get angry. Therefore problems like anger and attachment arise because of conceiving phenomena as inherently existent.

The conception of phenomena as inherently existent is a wrong conciousness mistaken towards its referent object,

Ba điểm tinh yếu trên đường tu tập

một nhận thức sai lệch về đối tượng, từ đó tạo thành nền tảng của tất cả phiền não. Tuy nhiên, nếu chúng ta phát triển một tri kiến rằng mọi pháp đều không có tự tính [tự tồn] thì điều đó sẽ có tác dụng đối trị với nhận thức sai lệch nói trên. Điều này cho thấy lậu hoặc trong tâm có thể được loại bỏ. Và nếu các phiền não làm nhiễm ô tâm là có thể loại bỏ, thì các chủng tử do phiền não để lại trong tâm thức cũng có thể loại bỏ.

Bản tính hoàn toàn thanh tịnh của tâm, vốn không có sự tồn tại trên cơ sở tự tính, được thuyết giảng rất rõ ràng trong lần chuyển pháp luân thứ hai. Trong lần chuyển pháp luân thứ ba, điều này lại được thuyết giảng không những dưới góc độ chân đế mà còn ở cả góc độ tục đế, rằng bản tính rốt ráo của tâm là thanh tịnh. Trong trạng thái thanh tịnh này, tâm hoàn toàn vô ký và sáng suốt.

Lấy ví dụ, dù chúng ta đang ở trình độ tu tập nào thì phiền não cũng không sinh khởi mọi lúc trong ta. Hơn thế nữa, đối với cùng một đối tượng thì có lúc chúng ta giận dữ nhưng lúc khác ta lại yêu thương, một điều xem ra hoàn toàn không hợp lý. Điều này cho thấy rằng bản chất thật sự của tự tâm là thanh tịnh nhưng do các tâm hành, tức là các tâm khởi sinh từ tự tâm, mà đôi lúc tâm có vẻ như [mang các phẩm chất] thiện, như lòng thương yêu, và lúc khác lại biểu lộ ở dạng bất thiện như sân hận. Vì thế, bản chất của tự tâm là vô ký, nhưng do phụ thuộc vào các tâm hành nên tâm có thể [biểu lộ] thay đổi từ thiện cho đến bất thiện.

Như vậy, bản tính của tâm là sáng suốt, còn phiền não là [yếu tố] tạm thời và đến từ bên ngoài. Điều này cho thấy nếu chúng ta tu tập và nuôi dưỡng các thiện hạnh thì tâm

16

Three principal aspects of the path

which provides the foundation for all delusions. However, if we generate an understanding that phenomena are not inherently existent, it will act as a counterforce to that wrong conciousness. This shows that the defilements of the mind can be removed. If the delusions which defile the mind are removable then the seeds or potencies left behind by these delusions can also be eliminated.

The total purity of the nature of the mind, which is its lack of inherent existence, is taught very explicitly in the second turning of the wheel of the doctrine. During the third turning of the wheel, it is explained again not only from the ultimate, but also from the conventional point of view, that the ultimate nature of the mind is pure, and in its pure state it is only neutral and clear light.

For example, whoever we are, delusions do not manifest within us all the time. What is more, the same object towards which we sometimes generate anger, we sometimes generate love, which ought not to be possible. This clearly shows that the real nature of the principal mind, the mind itself, is pure, but due to mental factors or the minds that accompany the principal mind, it sometimes appears to have a virtuous quality like love, and at others it appears in a deluded form like anger. That the nature of the principal mind is therefore neutral, but being dependent on its accompanying mind it may change from a virtuous to a non-virtuous mind.

So, the mind by nature is clear light and the defilements or delusions are temporary and adventitious. This indicates that if we practise and cultivate virtuous qualities, the mind can be transformed positively. On the other hand, if it encounters

Ba điểm tinh yếu trên đường tu tập

sẽ được chuyển hóa một cách tích cực. Ngược lại, nếu tiếp xúc với các phiền não thì tâm cũng bị cấu nhiễm. Do đó, tất cả các phẩm tính [cao quý] như là Thập lực của Phật đều có thể thành tựu nhờ vào tính chất này của tâm.

Lấy ví dụ như tất cả các thức khác nhau đều có cùng khả năng nhận hiểu và rõ biết đối tượng, nhưng khi một thức nào đó bị ngăn trở thì nó không thể nhận biết được đối tượng. Mặc dù nhãn thức có khả năng nhìn thấy đối tượng nhưng nó sẽ chẳng thấy gì nếu bị che phủ hay ngăn trở. Tương tự, nhãn thức có thể không thấy được gì nếu đối tượng ở quá xa. Như vậy, tâm vốn sẵn có khả năng hiểu biết mọi pháp, một phẩm tính không cần tu dưỡng nhưng có thể bị các yếu tố khác ngăn che.

Cùng với sự thành tựu các phẩm tính cao quý của một vị Phật, như Thập lực chẳng hạn, chúng ta cũng sẽ đạt đến trạng thái viên mãn của tâm thức, có thể thấy biết đối tượng một cách rất rõ ràng và trọn vẹn. Điều này cũng có thể thành tựu chỉ bằng cách nhận biết tự tính chân thật của tâm và loại trừ mọi phiền não, chướng ngại trong tâm.

Trong lần chuyển pháp luân thứ ba, trong số bốn chân đế đã được khởi giảng trong lần chuyển pháp luân thứ nhất, ý nghĩa của Đạo đế [giờ đây] được giảng giải rất rõ ràng qua việc định nghĩa *Như lai tạng* hay *Phật tính*. Giáo pháp này mở ra khả năng thành tựu nhất thiết trí, trạng thái tâm thức rốt ráo có khả năng nhận biết [tất cả] các pháp và trạng thái hiện hữu rốt ráo của chúng.

Như vậy, ý nghĩa của Diệt đế được giải thích trọn vẹn trong lần chuyển pháp luân thứ hai và Đạo đế được giảng giải rất chi tiết trong lần chuyển pháp luân thứ ba. Giáo

18

Three principal aspects of the path

delusions then it will take on the form of delusions. Therefore all such qualities as the ten powers of the Buddha can also be attained because of this quality of the mind.

For example, all the different kinds of conciousness have the same quality of understanding and knowing their object clearly, but when a particular conciousness encounters some obstacle it is not able to understand its object. Although my eye conciousness has the potential to see an object, if I cover it up it will be obstructed from seeing the object. Similarly, the conciousness may not be able to see the object because it is too far away. So the mind already has the potential to understand all phenomena, a quality that need not be strengthened, but it may be obstructed by other factors.

With the attainment of the higher qualities of a Buddha, like the ten powers, we attain a full state of conciousness able to see the object very clearly and completely. This too can be attained merely by recognising the real nature of the mind and removing the delusions and obstructions from it.

During the third turning of the wheel of the doctrine, of the four noble truths initially taught during the first turning of the wheel, the meaning of the true path is explained very clearly by defining the meaning of tathagatagarbha, or Buddha nature. This makes possible the attainment of omniscience, the ultimate state of conciousness able to see phenomena and their ultimate mode of being.

Therefore, a complete explanation of the meaning of true cessation is given during the second turning of the wheel of the doctrine and a very detailed explanation of the true path is given during the third turning of the wheel. It explains

19

Ba điểm tinh yếu trên đường tu tập

pháp này giải thích khả năng tiềm tàng của tâm thức trong việc nhận biết trạng thái hiện hữu rốt ráo của các pháp và việc có thể thành tựu nhất thiết trí như thế nào thông qua sự rèn luyện và phát triển khả năng này.

Ngày nay, khi cần phải giải thích bản chất rốt ráo của tâm thức và khả năng thành tựu sự giác ngộ, chúng ta có thể dựa vào cả kinh điển [hiển giáo] lẫn các tantra [của Mật thừa]. Hai phần giáo pháp này có khác biệt chi tiết khi giảng giải về bản chất của tâm. Giáo pháp mật thừa giải thích rất rõ ràng trạng thái vi tế nhất của giác ngộ trong lớp mật điển cao nhất là *Tối thượng Du-già*. Ba lớp mật điển đầu tiên tạo nền tảng cho lớp mật điển này.

Về cơ bản, những gì vừa trình bày trên là một lược giải về [toàn bộ] giáo pháp của đức Phật, từ Tứ diệu đế đến Tối thượng Du-già. Tuy nhiên, cho dù chúng ta có hiểu rõ về bản chất rốt ráo của tâm và khả năng thành tựu giác ngộ với tâm đó, nhưng nếu ta không rèn luyện và nỗ lực để đạt đến mục đích, thì chúng ta sẽ không thể giác ngộ. Do đó, một mặt cần phải hiểu rõ bản chất rốt ráo của tâm, mặt khác cần phải phát khởi ý nguyện tu tập và thành tựu khả năng này.

Khi giảng về hai chân đế đầu tiên, đức Phật đã mô tả các [nhận thức] sai lầm và khiếm khuyết nhất thiết phải từ bỏ, loại trừ. Đó là sự thật về khổ đau (Khổ đế) và nguồn gốc của khổ đau (Tập đế). Khi giảng giải về hai chân đế còn lại, tức là sự thật về chấm dứt hoàn toàn mọi khổ đau (Diệt đế) và con đường chân thật để đạt đến điều đó (Đạo đế), đức Phật dạy rằng có một phương pháp, một con đường tu tập để loại trừ mọi khổ đau và phiền não, nhờ đó có thể đạt đến sự chấm dứt hoàn toàn các phiền não.

20

Three principal aspects of the path

the mind's potential to know phenomena's ultimate mode of existence and how omniscience can be achieved if you promote and develop that.

Now, when it comes to explaining the ultimate nature of the mind and its suitability for attaining enlightenment, we have the accounts of both sutra and tantra. These are differentiated by the detail of their explanation of the nature of the mind. The tantric teachings give a very clear explanation of the subtlest state of enlightenment within the highest class of tantra that is Highest Yoga Tantra. The first three classes of the tantra form a foundation for that.

In essence, this is a brief explanation of the Buddha's teaching, from the Four Noble Truths up to the highest class of tantric teaching. However, even if we have a clear understanding of the ultimate nature of the mind and the possibility of attaining enlightenment with it, if we do not practise and make effort to achieve that goal, then enlightenment will not be attainable. So while on the one hand it is important to know the ultimate nature of the mind, on the other, we should generate an intention to practise and realize this potential.

In teaching the first two Noble Truths the Buddha described the faults, the defects that must be given up and eliminated, that is true suffering and the true origin of suffering. In teaching the second pair of the Four Noble Truths, that is the true path and true cessation, the Buddha explained that there is a method, a path to get rid of these sufferings and delusions through which the complete cessation of those delusions can be attained.

Ba điểm tinh yếu trên đường tu tập

Nếu không có cách đối trị hay phương pháp để loại trừ khổ đau và đạt đến trạng thái an lạc, dứt sạch mọi khổ đau thì không cần thiết phải bàn luận, tư duy hay quán chiếu về khổ đau, bởi vì điều đó hẳn chỉ làm phát sinh sự bi quan và tăng thêm khổ đau cho chính mình mà thôi. Chẳng thà cứ tiếp tục không nhận biết [sự thật về khổ đau] và không lo lắng gì cả còn tốt hơn. Tuy nhiên, thực tế là chúng ta có một cơ hội [thoát khổ], có một con đường và phương thức để loại trừ khổ đau nên việc bàn luận và quán xét về khổ đau là rất hữu ích. Đây chính là tầm quan trọng và ý nghĩa bao trùm của giáo pháp Tứ diệu đế do đức Phật truyền giảng, vì nó tạo cơ sở và nền tảng cho tất cả các pháp môn tu tập.

Khi chúng ta quán xét sự thật về khổ đau và nguồn gốc của khổ đau rồi đạt đến sự thấu hiểu hai chân đế này, chúng ta sẽ phát khởi tâm nguyện giải thoát chính mình khỏi mọi khổ đau và nguyên nhân gây khổ đau. Nói cách khác, vì chúng ta không ưa thích sự thật về khổ đau và nguồn gốc của khổ đau, nên ta mong muốn từ bỏ. Điều này được gọi là quyết tâm mong cầu giải thoát [hay tâm xả ly].

Khi bạn quán xét kỹ về khổ đau, bạn sẽ thấy không chỉ riêng mình là người duy nhất chịu đau khổ, vì các chúng sinh khác cũng chịu khổ đau như vậy. Khi đó bạn nên nghĩ rằng, vì các chúng sinh khác cũng khổ đau như tôi nên thật tuyệt vời biết bao nếu họ cũng có thể loại bỏ mọi khổ đau và nguyên nhân gây ra khổ đau. Ước nguyện cho mọi chúng sinh khác loại bỏ được khổ đau và nguyên nhân gây ra khổ đau như thế được gọi là lòng bi mẫn. Với lòng bi mẫn, bạn quyết định chính mình sẽ giúp đỡ chúng sinh loại bỏ khổ đau và nguyên nhân gây ra khổ đau, đó chính là quyết tâm đặc biệt hay tâm nguyện tích cực làm lợi lạc cho mọi chúng sinh khác.

Three principal aspects of the path

If there were no cure or method to eliminate suffering and attain a state of complete cessation and peace, it would not be necessary to discuss, think about or meditate on suffering, because it would merely engender pessimism and create more suffering for yourself. It would be better to remain bewildered and carefree. However, in fact we do have a chance, there is a path and method to get rid of suffering, so it is worthwhile to talk and think about suffering. This is the importance and encompassing quality of the Buddha's teaching of the Four Noble Truths, for they provide the basis and foundation of all practices.

When we think about true suffering and the true origin of suffering, and we come to an understanding of these two truths, we will generate a wish to rid ourselves of the suffering and its causes. In other words, because we dislike true suffering and the true origin of suffering we will generate a wish to reject them. This is called the determination to be free.

When you carefully consider suffering, it is not only you who are under its power, for other sentient beings also suffer in the same way. Then you should think that as other sentient beings are suffering just like me, how marvelous it would be if they could also eliminate suffering and its causes. Such a wish for other sentient beings to eliminate the suffering and its causes is called compassion. When, induced by compassion, you decide that you will help them yourself to eliminate suffering and its causes, that is the special resolve or the mind that wishes actively to benefit other sentient beings.

23

Ba điểm tinh yếu trên đường tu tập

Sau đó, nếu bạn quán xét thật kỹ về việc làm thế nào để chúng sinh có thể được lợi lạc, không chỉ tạm thời mà là rốt ráo, bạn sẽ đi đến kết luận rằng chỉ có thể làm lợi lạc cho họ một cách trọn vẹn bằng cách giúp họ thành tựu giác ngộ; và để có thể làm được điều đó thì chính bạn phải thành tựu giác ngộ trước. Tâm bi mẫn mong cầu quả Phật để giúp tất cả chúng sinh thành tựu giác ngộ được gọi là tâm Bồ-đề.

Người ta có thể loại bỏ được khổ đau và thành tựu giác ngộ hoàn toàn vì các pháp không có sự tồn tại độc lập hay trên cơ sở tự tính. Do đó, điều quan trọng là cần hiểu rõ bản chất của các pháp, sự không tự tồn tại của chúng. Tri kiến về sự không tồn tại trên cơ sở tự tính của các pháp được gọi là chánh kiến.

Ở đây, ba phẩm tính là sự quyết tâm mong cầu giải thoát (1), [phát] tâm Bồ-đề (2) và chánh kiến (3) sẽ được xem như ba đạo lộ căn bản. Sở dĩ được gọi như vậy là vì chúng tạo động lực chân chánh cho sự giải thoát khỏi luân hồi và hình thành các yếu tính cần thiết cho sự thành tựu giác ngộ.

Phương tiện chủ yếu để giải thoát khỏi luân hồi là quyết tâm [mong cầu] giải thoát và phương tiện chủ yếu để thành tựu giác ngộ là tâm Bồ-đề. Cả hai phương tiện này đều được trưởng dưỡng bởi chánh kiến hay trí tuệ nhận biết tính Không.

Bây giờ, tôi sẽ bắt đầu giảng giải phần chánh văn.

Three principal aspects of the path

Then, if you look carefully at how sentient beings can be benefited not just temporarily but ultimately, you will come to the conclusion that you will only be able to benefit them completely if you help them attain enlightenment and to do that, you must attain enlightenment yourself. This compassionate mind wishing to attain Buddhahood in order to help all sentient beings attain enlightenment is called the mind of enlightenment.

It is feasible to get rid of suffering and attain the ultimate status of enlightenment because phenomena do not have independent or inherent existence. Therefore it is important to understand the nature of phenomena, their lack of inherent existence. This understanding of phenomena's lack of inherent existence is called right view.

It is these three qualities: the determination to be free, mind of enlightenment, and right or correct view which are treated here as the three principal paths. They are so called because they provide the real motivation for attaining liberation from cyclic existence and form the framework for attaining enlightenment.

The principal means of attaining liberation from cyclic existence is the determination to be free and the principal means of attaining enlightenment is the mind of enlightenment. Both of these are augmented by the right view or wisdom realizing emptiness.

Now I will begin to explain the text.

Ba điểm tinh yếu trên đường tu tập

Chí tâm đảnh lễ

Con chí tâm đảnh lễ các bậc lạt-ma tôn quý nhất.

Câu kệ này bày tỏ tâm kính ngưỡng của vị luận sư (ngài Tsong Khapa) trước khi soạn ra bản luận văn này.

Tôi sẽ giải thích ý nghĩa một số từ ngữ trong câu này. Danh xưng "lạt-ma" không chỉ được dùng để chỉ một vị trí quyền lực theo nghĩa thế tục mà đúng hơn là để chỉ một người thực sự có từ tâm và phẩm hạnh bao la. Tạng ngữ "Je" hay cao nhất ở đây có nghĩa là một người quan tâm đến kiếp sau nhiều hơn là các thú vui hiện thời hay trần tục của cuộc đời này, đời sống trong cõi luân hồi này. Từ này chỉ đến người quan tâm nhiều hơn đến lợi lạc lâu dài của các chúng sinh khác qua nhiều kiếp sống kế tiếp. Tạng ngữ *"tsun"* có nghĩa là tôn quý hay giới hạnh trang nghiêm, chỉ đến vị lạt-ma vì ngài thấu hiểu được rằng, các sự hoan lạc và hấp dẫn của cuộc sống sinh tử luân hồi là vô nghĩa cho dù chúng vui thú và hấp dẫn đến đâu đi chăng nữa. Ngài đã thấy các pháp thế gian không có bất kỳ giá trị bền lâu nào và đã hướng tâm đến sự an lạc lâu dài hơn của những kiếp sau.

Nói cách khác, lạt-ma là người tu tập kiểm soát tâm ý và không thèm khát các thú vui thế gian mà chỉ mong cầu đạt giác ngộ. Từ 'lạt-ma' thật sự mang nghĩa tối cao, được dùng để chỉ một người quan tâm đến mọi chúng sinh khác nhiều hơn chính bản thân vàquên mình vì lợi lạc của chúng sinh.

"*Con xin đảnh lễ*" hàm ý sự cúi lạy. Bạn cúi lạy vị lạt-ma khi thấy được phẩm tính quan tâm đến mọi chúng sinh của ngài và hạnh phúc mà chúng sinh có được nhờ vào sự hy sinh của chính ngài. Khi tán thán phẩm tính này của vị

Three principal aspects of the path

The Homage

I pay homage to the foremost venerable lamas.

This line is the author's expression of respect before composing the text.

I will explain the meaning of some of the words here. The term lama denotes not only a position of status and power in the mundane sense, but rather indicates someone who is truly kind and possesses immense qualities. The Tibetan word Jey or foremost here signifies someone who cares less about the immediate or sensual pleasures of this world, this life in cyclic existence than for the next life. It refers to someone who is more concerned about other sentient beings' long term benefit over many lives to come. The Tibetan word tsun, meaning venerable or disciplined, refers to the lama because he has understood that, however pleasing or attractive they might be, the pleasures and attractions of cyclic existence are worthless. He has seen the lack of any lasting value among worldly phenomena, and has turned his mind towards the longer lasting happiness of future lives.

In other words, the lama is one who has disciplined his mind and is not hankering after the delights of this world but aspires for the attainment of liberation. The word lama actually means supreme, indicating one who has greater care for other sentient beings than for himself and neglects his own interests for their sake.

'I pay homage', implies bowing down. You bow down to the lama on seeing his quality of concern for other sentient beings and their happiness at the cost of his own. In paying

27

lạt-ma, bằng việc cúi lạy ngài, bạn phát khởi tâm nguyện sẽ tự mình đạt được các phẩm tính như thế.

Lời thệ nguyện khi soạn thảo luận văn này

> *Con sẽ giải thích bằng hết khả năng mình*
> *Tinh hoa tất cả giáo pháp của đấng Pháp vương*
> *Con đường mà các vị Pháp vương tử tán thán*
> *Lối vào cho những ai may mắn mong cầu giải thoát.*

Câu kệ thứ nhất diễn tả thệ nguyện của vị luận sư (ngài Tsong Khapa) khi soạn thảo luận văn này. Câu thứ hai hàm ý nói đến quyết tâm giải thoát, vì tất cả giáo pháp của đức Phật đều hướng đến mục đích giải thoát. Chính từ quan điểm hướng đến mục đích thành tựu giải thoát mà chúng ta cần phải thấy được tai hại của những cám dỗ trong luân hồi và mong muốn từ bỏ chúng. Điều này thực sự thiết yếu nếu chúng ta mong cầu giải thoát. Do đó, câu kệ thứ hai này hàm ý nói đến việc từ bỏ luân hồi.

Cụm từ *"Pháp vương tử"* trong câu kệ thứ ba có 3 hàm nghĩa. Nó chỉ đến những người được sinh ra từ thân, khẩu và ý của đức Phật. La Hầu La là con Phật trong ý nghĩa thể chất, [sinh ra từ thân Phật]. Những người con sinh ra từ khẩu Phật là chỉ đến các vị Thanh văn và Độc giác Phật.[1] Nhưng trong ngữ cảnh này, *"Pháp vương tử"* chỉ đến những người sinh ra từ ý Phật, những người đã phát tâm Bồ-đề.

---

[1]Thanh văn là các vị được giác ngộ nhờ lắng nghe và làm theo lời Phật dạy; Độc giác Phật (hay còn gọi là Duyên giác Phật, Bích-chi Phật) là các vị thành tựu giác ngộ nhờ việc tự mình quán chiếu lý nhân duyên (Duyên giác), thường là vào những thời kiếp không có Phật ra đời (Độc giác). Riêng danh xưng Bích-chi (hay Bích-chi-ca) Phật được phiên âm từ Phạn ngữ Pratyeka Buddha. (ND)

Three principal aspects of the path

respect to this quality in the lama, by bowing down to him, you make an aspiration to attain such qualities yourself.

The Promise to Compose the Text

I will explain, as well as I can,
The essence of all the teachings of the Conqueror,
The path praised by the Conqueror's Children,
The entrance for the fortunate desiring liberation.

The first line expresses the author's promise to compose the text. The second implies the determination to be free, because all the Buddha's teachings are aimed towards liberation. It is from this point of view, the aim of attaining liberation, that we should be able to see faults in the attractions of cyclic existence and generate a wish to renounce them. This is actually imperative if we wish to achieve liberation. So this line implies renunciation of cyclic existence.

The words 'Conqueror's Children' in the third line have three connotations. They can refer to those born from the Buddha's body, speech, or mind. Rahula was his physical son. The offspring of his speech refers to the Hearers and Solitary Buddhas. But in this context the 'Conqueror's Children' refers to those born from the mind of the Buddha, those who have generated the mind of enlightenment. You become a Bodhisattva or child of the Buddha only if you have this altruistic aspiration for enlightenment. Bodhisattvas are

Ba điểm tinh yếu trên đường tu tập

Bạn chỉ trở thành Bồ Tát hay con Phật [trong ý nghĩa này] khi bạn phát nguyện mong cầu giác ngộ vì người khác. Bồ Tát được gọi là con của tâm Phật vì các ngài được sinh ra từ những phẩm tính trong dòng tâm thức của đức Phật.

Câu cuối của đoạn kệ này muốn nói đến chánh kiến, vì việc đạt giải thoát phụ thuộc vào việc có thấu hiểu được tánh Không hay không.

Như vậy, ba dòng kệ bên dưới của đoạn này tóm tắt ý nghĩa của [các vấn đề:] quyết tâm cầu giải thoát, phát tâm Bồ-đề và tri kiến về tánh Không, là những vấn đề sẽ được giảng giải trong bản luận văn này.

Khuyên bảo đệ tử lắng nghe

Những ai không mê đắm trong các thú vui của luân hồi;
Hãy tinh tấn sao cho cơ hội làm người này trở thành có nghĩa;
Nương theo con đường khiến đức Phật hoan hỷ.
Những ai được may mắn như thế, hãy lắng nghe với lòng thanh tịnh.

Hầu hết chúng ta ở đây[1] đều có đủ tài sản nên không phải làm việc quá cực nhọc để có cái ăn, cái mặc... Nhưng rõ ràng là trong cuộc đời này, chỉ có cái ăn, cái mặc không thôi thì chưa đủ. Chúng ta còn cần những thứ khác. Chúng ta vẫn khao khát muốn có thêm cái gì đó... Điều này cho thấy rõ ràng là trừ phi niềm vui và hạnh phúc được tạo ra thông qua sự chuyển hóa tâm, bằng không thì người ta không thể có được hạnh phúc lâu dài bằng các phương

---

[1]Chỉ thính chúng đang nghe bài thuyết giảng này. (ND)

Three principal aspects of the path

called offspring of the Buddha's mind, because they are born from qualities found in the mind stream of the Buddha.

The last line of the verse implies right view, as the attainment of liberation is dependent on whether you have realized emptiness.

So, these three lines summarize the meaning of the determination to be free, the mind of enlightenment, and view of emptiness that are explained in this text.

Exhorting the Disciples to Listen

Those who are not attached to the joys of cyclic existence

Strive to make meaning of this leisure and opportunity,

Rely on the path pleasing to the Conqueror;

Those fortunate ones, listen with a clear mind.

Most of us here have sufficient resources so we do not have to work very much to obtain food, clothing and so forth. But it is clear that in this life merely having something to wear and something to eat is not enough. We want something else. We still yearn for something more. This clearly illustrates that unless pleasure and happiness are brought about through transforming the mind, it is not possible to achieve lasting

Ba điểm tinh yếu trên đường tu tập

tiện [vật chất] bên ngoài, cho dù các điều kiện bên ngoài có thuận lợi đến đâu đi chăng nữa.

Hạnh phúc và buồn phiền phụ thuộc rất nhiều vào thái độ tinh thần của chúng ta. Do đó, điều quan trọng là chúng ta phải tạo ra được một sự chuyển hóa nào đó trong tâm. Vì hạnh phúc lâu dài chỉ có thể đạt được theo cách này nên điều quan trọng là phải dựa vào năng lực của tâm thức và nhận biết được bản chất rốt ráo của tâm.

Có nhiều giáo lý trong các truyền thống tôn giáo khác nhau về phương thức để tạo ra một sự chuyển hóa như thế. Giáo pháp của đức Phật mà chúng ta đang thảo luận ở đây chứa đựng một sự giảng giải rất rõ ràng, chi tiết và có hệ thống.

Trong một chừng mực nào đó, chúng ta quả thật có thể được xem là "những người may mắn" như đề cập trong đoạn kệ này, bởi vì chúng ta đang cố gắng giảm thiểu sự tham luyến của mình; bởi vì chúng ta đang cố gắng làm cho kiếp người quý báu được tự do và may mắn này trở nên đầy ý nghĩa; và bởi vì chúng ta đang được nương theo Phật pháp. Do đó, dòng kệ [cuối đoạn] này khuyên chúng ta hãy chú tâm đến giáo pháp mà vị luận sư sắp truyền giảng.

Sự cần thiết phát khởi tâm cầu giải thoát

> *Nếu không hết lòng mong cầu giải thoát thì không
> dựa vào đâu để đạt được an lạc.
> Do đắm chấp các thú vui trong biển khổ luân hồi,
> Chúng sinh hoàn toàn bị sự tham luyến vào cuộc
> sống trói buộc,
> Do đó, ngay từ khởi đầu hãy hướng đến một quyết
> tâm cầu giải thoát.*

32

Three principal aspects of the path

happiness through external means, however favourable the external conditions may be.

Happiness and discomfort are very much dependent on our mental attitude. So it is important that we should bring about some internal transformation of the mind. Since lasting happiness can only be attained in this way it is important to rely on the power of the mind and to discover the mind's ultimate nature.

There are many diverse teachings in different religious traditions on how to bring about such a transformation. The Buddha's teaching, which we are discussing here, contains a very clear, detailed and systematic explanation.

We do more or less qualify as 'fortunate ones' as referred to in this verse, because we are trying to reduce our attachment, we are trying to make meaningful use of this precious life as a free and fortunate human being, and we are relying on the teachings of the Buddha. So, this line tells us to pay attention to the teaching that the author is going to impart.

Need to Generate the Determination to Be Free

Without a pure determination to be free, there is no
    means to achieve peace
Due to fixation upon the pleasurable effects of the ocean
    of existence.
Embodied beings are thoroughly bound by craving for
    existence,
Therefore, in the beginning seek a determination to be
    free.

33

Ba điểm tinh yếu trên đường tu tập

Đến đây chúng ta bắt đầu đi vào phần nội dung chính, là phần giáo pháp thực sự của bản luận văn này. Đoạn kệ này giảng giải sự cần thiết phải phát khởi quyết tâm xả ly hay tâm mong cầu giải thoát khỏi luân hồi. Việc nhìn thấy được các tai hại và khiếm khuyết của luân hồi và phát tâm mạnh mẽ từ bỏ luân hồi, đạt đến giải thoát được gọi là quyết tâm cầu giải thoát. Chừng nào mà bạn chưa thấy được sự vô nghĩa của những thú vui trong luân hồi mà vẫn còn thấy có chút ý nghĩa hay hấp dẫn nào đó rồi tham luyến các thú vui ấy, thì chừng đó bạn sẽ chẳng bao giờ có thể hướng tâm đến sự giải thoát và cũng không nhận thức được mình bị trói buộc như thế nào.

Như vậy, câu thứ nhất của đoạn kệ này nói rằng, trừ phi bạn có một quyết tâm hoàn toàn hướng đến việc tự giải thoát khỏi biển luân hồi, bằng không thì mọi nỗ lực nhằm đạt được an lạc đều là vô ích. Chính sự mê đắm luân hồi do tham lam và luyến ái đã trói buộc chúng ta trong vòng sinh tử. Do đó, nếu chúng ta thực sự tìm kiếm an lạc của giải thoát thì lựa chọn đúng đắn là phát khởi quyết tâm cầu giải thoát, nhận biết các tai hại của sinh tử luân hồi và xa lìa chúng. Cuộc đời của chính đức Phật có thể giúp ta có được một tri kiến rõ ràng về ý nghĩa của quyết tâm cầu giải thoát để vận dụng vào sự tu tập của chính mình.

Ngài sinh ra là hoàng tử trong hoàng tộc giàu có, được giáo dục chu đáo, có vợ, con trai và được tận hưởng mọi thú vui trần tục có thể nghĩ đến. Tuy nhiên, không màng đến mọi sự hoan lạc đầy cám dỗ đang sẵn có, khi tình cờ nhìn thấy các trường hợp tiêu biểu của những nỗi khổ sinh, già, bệnh, chết, ngài cảm thấy bức xúc trước cảnh khổ đau của người khác. Ngài tự mình nhận ra rằng, cho dù mọi tiện

34

Three principal aspects of the path

Here we begin the actual body of the text, the actual teaching it contains. This verse explains the necessity of generating a determination to be free or a mind seeking release from cyclic existence. Seeing the faults and short-comings of cyclic existence and generating a very strong wish to abandon it and attain liberation is called a determination to be free. As long as you are unable to see the worthlessness of the pleasures of cyclic existence, but continue to see some meaning or attraction in them and cling to them, you will neither be able to turn your mind towards liberation and nor will you realize how you are bound.

So the first line of this verse says that unless you have a pure determination to free yourself from the ocean of cyclic existence, your attempts to achieve peace will be in vain. It is our fascination with cyclic existence due to craving and attachment that binds us within it. Therefore, if we really seek the peace of liberation, the right course to adopt is to generate the determination to be free, to recognize the faults of cyclic existence and reject them. The biography of Buddha himself can provide us with a clear understanding of the meaning of the determination to be free for our own practice.

He was born a prince in a wealthy family, was well educated, had a wife and son and enjoyed all imaginable worldly pleasures. Yet, despite all the alluring pleasures available to him, when he came across examples of the sufferings of birth, sickness, old age, and death, he was provoked by the sight of others' suffering. He discovered for himself that, no matter how attractive external comforts may be, so long

Ba điểm tinh yếu trên đường tu tập

nghi bên ngoài có quyến rũ đến đâu thì cũng chỉ là huyễn mộng khi ta còn mang thân xác thịt như hiện nay, vốn chỉ là sự kết hợp tạm thời của nghiệp ô nhiễm và phiền não. Thấu hiểu được điều này, ngài đã cố gắng tìm ra con đường giải thoát khỏi khổ đau và từ bỏ mọi thú vui trần tục, kể cả vợ và con trai. Với quyết tâm cầu giải thoát ngày càng mạnh mẽ như vậy, ngài không chỉ đạt được sự giải thoát mà còn thành tựu giác ngộ.

Vì thế, giáo pháp dạy chúng ta phát khởi quyết tâm cầu giải thoát. Chỉ riêng việc từ bỏ các tiện nghi đời sống và chế ngự sự tham lam, bám chấp vào chúng là chưa đủ. Chúng ta nhất thiết phải chấm dứt sự tái sinh [trong luân hồi]. Sở dĩ có sự tái sinh là do tâm tham lam và luyến ái. Chúng ta phải cắt đứt dòng tương tục này thông qua sự tu tập thiền định. Vì thế, đức Phật đã nhập thiền định rất sâu trong sáu năm trời. Cuối cùng, bằng vào sự kết hợp cả thiền định và tuệ giác, ngài đã đạt năng lực chế ngự các chướng ngại tạo ra bởi các uẩn và ngoại ma. Ngài đã loại trừ tận gốc mọi tình thức khuấy động trong tâm, và vì mọi tình thức đã được trừ sạch nên ngài cũng vượt thoát sinh tử. Bằng cách đó, ngài đã hàng phục được cả bốn loại ma chướng.[1]

Là đệ tử của đức Phật, chúng ta cũng cần cố gắng nhận ra những tai hại trong sự cám dỗ của luân hồi. Sau đó, không hề tham luyến mọi cám dỗ, ta sẽ tập trung quán chiếu tri kiến vô ngã - thấu hiểu bản chất thực sự của các pháp.

---

[1]Bốn loại ma chướng (Tứ chủng ma): được đề cập đến trong nhiều kinh điển, bao gồm: 1. Phiền não ma (các phiền não chướng ngại trong tâm), 2. Ngũ ấm ma (năm ấm hay năm uẩn, gây chướng ngại), 3. Tử ma (ma chết chấm dứt mạng sống) và 4. Thiên ma (hay Tha hóa tự tại thiên tử ma, tức các ma chướng do Ma vương Ba-tuần tạo ra). (ND)

Three principal aspects of the path

as you have a physical body like ours, which is the short-lived product of contaminated action and delusion, then such attractive external pleasures are illusory. Understanding this, he tried to find a path to liberation from suffering and renounced all worldly pleasures, including his wife and son. Through gradually increasing his determination to be free in this way he was able to attain not only liberation, but also enlightenment.

Therefore it is taught that we need to develop a determination to be free. Merely renouncing the comforts of cyclic existence and checking attachment and craving towards it is not enough. We must cut the stream of births. Rebirth comes about due to craving and desire, and we must cut its continuity through the practice of meditation. Hence, the Buddha entered into deep meditative stabilization for six years. Finally by means of a union of calm abiding and special insight he attained the power to overcome the hindrances presented by the aggregates and external evil forces. He eliminated the very source of disturbing emotions and because they were extinguished he also overcame death. In this way he conquered all four evil forces or hindrances.

As followers of the Buddha, we too should try to see faults in the alluring attractions of cyclic existence. Then without attachment towards them generate concentration and focus on the view of selflessness - understanding the real nature of phenomena.

Ba điểm tinh yếu trên đường tu tập

Đến đây, hẳn bạn sẽ băn khoăn về việc làm sao để thực hành phát tâm cầu giải thoát, làm sao phát tâm xả ly luân hồi, và đoạn kệ tiếp theo [trong bản luận văn này dạy] như sau:

> Quán chiếu rằng [đời người] có tự do và đủ duyên may là rất khó được,
> Và không có thời gian để hoang phí trong đời này, hãy chế ngự sự hướng tâm theo các sắc tướng quyến rũ của kiếp sống này.
> Liên tục quán chiếu các hậu quả tất yếu của nghiệp,
> Và những khổ đau của luân hồi, hãy chế ngự [sự hướng tâm theo] các sắc tướng quyến rũ của mọi kiếp sống về sau.

Đoạn kệ này giảng giải phương thức chế ngự sự tham luyến, trước nhất là đối với kiếp sống này và sau đó là đối với mọi kiếp sống về sau.

Để dứt trừ sự tham luyến đối với các thú vui của đời sống này, điều quan trọng là phải suy ngẫm về thân người quý giá khó được và nhiều phẩm tính ta đang có được trong kiếp người. Nếu chúng ta suy nghĩ sáng tỏ về các điểm này thì ta có thể rút ra những ý nghĩa của việc được sinh làm người. Thân người là quý giá vì chúng ta có được một điều kiện, cả phẩm chất và trí tuệ, mà súc sinh hay thậm chí tất cả các loài hữu tình khác đều không có được. Chúng ta có năng lực để đạt được lợi ích lớn lao hay sự hủy diệt. Nếu chúng ta hoang phí thời gian và tiềm năng quý báu của kiếp người vào các hoạt động ngu ngốc và vô nghĩa thì đó sẽ là một sự mất mát rất lớn.

Do đó, điều quan trọng là chúng ta nhận biết được năng lực, những phẩm chất và trí thông minh siêu việt của mình,

Three principal aspects of the path

Now, should you wonder how to practise this determination to be free, how to generate a mind that wishes to renounce cyclic existence, the next verse says:

Contemplating how freedom and fortune are difficult to find

And that in life there is no time to waste, blocks the attraction to captivating appearances of this life.

Repeatedly contemplating action's infallible effects

And the sufferings of cyclic existence, blocks the captivating appearance of future lives.

This verse explains how to check attachment first to this life and then towards future lives.

In order to cut attachment towards the pleasures of this life, it is important to think about the preciousness of this human life, how it is difficult to find and the many qualities it provides. If we think clearly about those points, we will be able to extract meaning from having attained a human birth. Life as a human being is precious because with it we attain a status, quality and intelligence, which is absent in all other animals, even in all other sentient beings. We have the power to achieve great benefit and destruction. If we were to just while away our time and waste this precious potential in silly and meaningless activities, it would be a great loss.

Therefore, it is important that we recognize our capacity, our qualities and supreme intelligence which other sentient beings do not possess. If we can identify these things, we will

39

Ba điểm tinh yếu trên đường tu tập

những điều mà các loài chúng sinh hữu tình khác không có được. Nếu chúng ta nhận diện được những điều này thì ta mới có thể trân trọng và sử dụng chúng. Khả năng của bộ não và trí thông minh con người quả là kỳ diệu. Chúng ta có thể dự tính trước [sự việc] và có thể đấm sâu vào các tư tưởng sâu xa, trong khi các loài chúng sinh khác không thể làm được. Bởi vì chúng ta có bộ óc và trí thông minh mạnh mẽ như vậy, điều rất quan trọng là trước tiên ta phải nhận biết được sức mạnh và tính chất của năng lực tri giác này. Kế đến, ta phải vận dụng năng lực này theo hướng đúng đắn để nó có thể đóng góp đáng kể vào sự an bình và hòa hợp cho cả thế giới và cho tất cả chúng sinh.

Hãy lấy [vấn đề] năng lượng hạt nhân làm ví dụ. Hạt nhân chứa năng lượng rất lớn, nhưng nếu chúng ta sử dụng loại năng lượng này một cách sai lầm hay bảo quản không tốt thì nó có thể có tính hủy diệt rất lớn. Ngày nay, chúng ta có tên lửa hạt nhân và các loại vũ khí khác mà chỉ nghe tên thôi cũng đủ khiến ta phải sợ hãi, bởi chúng có tính hủy diệt cao. Chúng có thể gây ra sự tàn phá lớn lao chỉ trong nháy mắt. Ngược lại, nếu ta sử dụng năng lượng hạt nhân vào mục đích xây dựng thì nó có thể phục vụ rất nhiều cho nhân loại và chúng sinh nói chung.

Tương tự, vì con người có năng lực và sức mạnh như đã nói trên nên điều rất quan trọng là người ta phải sử dụng nó vì lợi lạc của tất cả chúng sinh. Tài năng của con người nếu được sử dụng đúng đắn có thể là một nguồn lợi lạc và hạnh phúc lớn lao, nhưng nếu sử dụng sai lầm thì có thể mang đến sự hủy diệt và bất hạnh vô cùng.

Xét từ phương diện thông minh nhạy bén này mà chúng ta phải suy ngẫm về ý nghĩa của kiếp người quý giá. Tuy

Three principal aspects of the path

be able to appreciate and use them. The power of the human brain and human intelligence is marvelous. It is capable of planning ahead and can engage in deep and extensive thought, as other sentient beings cannot. Since we have such a powerful brain or intelligence, it is very important that we first recognize the strength and character of this awareness. We should then steer it in the right direction, so that it can contribute significantly to peace and harmony in the world and within all sentient beings.

Let us take the example of nuclear energy. There is great power within a nuclear particle, but if we use that power wrongly or mishandle it, it can be very destructive. Nowadays we have nuclear missiles and other weapons the very names of which make us afraid, because they are so destructive. They can cause mass destruction in a fraction of time. On the other hand, if we put nuclear power to use in a constructive way, it can be of great service to humanity and sentient beings at large.

Similarly, since human beings have such capacity and power, it is very important that they use it for the benefit of all sentient beings. Properly employed human ingenuity can be a great source of benefit and happiness, but if misused it can bring great misery and destruction.

It is from the point of view of this keen intelligence that we should think about the significance of our precious human

41

nhiên, điều quan trọng không kém là phải hiểu rằng một kiếp người có tự do và đủ duyên may không chỉ đầy ý nghĩa và khó được mà còn là hết sức ngắn ngủi.

Hai câu kệ kế tiếp dạy rằng, nếu chúng ta liên tục quán xét về mối liên hệ không thể sai chạy giữa nghiệp nhân - tức là mọi hành vi của chúng ta- với những khổ đau của luân hồi, thì chúng ta có thể dứt trừ sự tham luyến đối với kiếp sau. Hiện nay chúng ta bị cuốn hút vào nhiều mức độ hoạt động để có cơm ăn, áo mặc và danh thơm tiếng tốt. Thêm vào đó, những trải nghiệm về sau trong đời ta phụ thuộc vào các hành vi ta đã thực hiện trong những năm trước đó. Điều này thực sự chính là ý nghĩa [tương quan giữa] nghiệp và kết quả.

Mặc dù đây không phải là cách hiểu tinh tế nhất, nhưng khi chúng ta nói về nghiệp và kết quả thì nghiệp bao gồm bất kỳ điều gì chúng ta làm để có được bất kỳ dạng hạnh phúc hay vui thú nào đó. Nghiệp quả là những hệ quả ta đạt được theo cách đó. Như vậy, khi còn trẻ chúng ta tham gia những hoạt động nào đó mà ta nghĩ rằng sẽ mang đến cho ta một dạng hạnh phúc hay thành đạt trong tương lai. Tương tự, trong đời này chúng ta thực hiện một số hành vi để có thể có được kết quả tốt trong đời sau.

Nói cách khác, những trải nghiệm về sau trong đời này của ta phụ thuộc vào các hành vi mà ta đã thực hiện trước đó, và những trải nghiệm trong các đời sau của ta, dù sướng hay khổ, đều phụ thuộc vào các hành vi mà ta đã thực hiện trong những kiếp sống trước đó.

Những hành vi này được thực hiện bằng thân, khẩu hay ý và do đó được gọi là thân nghiệp, khẩu nghiệp và ý

Three principal aspects of the path

life. However, it is also important to understand that the life of a free and fortunate human being is not only meaningful and difficult to find, but it is also short-lived.

The next two lines say that if we think repeatedly about the infallible connection between causes, our actions, and the sufferings of cyclic existence, we will be able to cut our attachment to the next life. At present we engage in many levels of activity to obtain clothing, food and a good name. In addition, our experiences in the latter part of our lives are dependent on the actions that we have performed in the earlier part. This actually is the meaning of actions and results.

Although it is not the subtlest interpretation, when we talk about actions and results, actions includes any of the things we do in order to obtain any kind of happiness or pleasure. The results are the effects that we achieve thereby. Therefore, in the first part of our lives we engage in certain kinds of activity that we think will lead to some kind of happiness or success in the future. Similarly, we engage in certain kinds of action in this life so that we may be able to achieve a good result in our next life.

In other words, our experiences in the latter part of our lives are dependent on the actions we have performed in the earlier part of our lives and our experiences in future lives, whether pleasant or unpleasant, are dependent on the actions that we have committed in former lives.

These actions are done by either body, speech or mind and so are termed physical, verbal and mental actions. From the

43

Ba điểm tinh yếu trên đường tu tập

nghiệp. Xét về phương diện kết quả chúng tạo ra thì các nghiệp có thể được phân thành thiện nghiệp, ác nghiệp và vô ký nghiệp. Thiện nghiệp đem lại kết quả sung sướng, ác nghiệp đem lại kết quả khổ đau và vô ký nghiệp mang lại cảm xúc không xao động. Lại có những hành vi chắc chắn sẽ mang lại nghiệp quả và những hành vi không [chắc chắn mang lại nghiệp quả]. Chẳng hạn, khi một hành vi được thực hiện, trước tiên phải có động cơ thúc đẩy, có sự tác ý, rồi hành vi thực sự diễn ra và cuối cùng đi đến sự kết thúc.

Khi ý định, hành vi và sự kết thúc đều rất mạnh mẽ thì chắc chắn là hành vi đó sẽ mang lại nghiệp quả, dù là tốt hay xấu. Mặc khác, nếu sự tác ý rất mạnh mẽ nhưng không được thực hiện, hoặc [được thực hiện nhưng rồi] vào lúc kết thúc hành vi thay vì nghĩ rằng đó là một sự thành công, bạn lại hối tiếc về việc đã làm, thì hành vi cụ thể đó có thể sẽ không tạo nghiệp ngay lúc đó. Nếu cả ba khía cạnh tác ý, thực hiện và kết thúc đều không hiện diện thì hành vi đó được xem là chưa xác định.

Nếu xét theo sự thọ nhận quả báo thì có [thể phân chia thành] ba loại nghiệp: nghiệp dẫn đến quả báo ngay trong đời này (hiện báo), nghiệp dẫn đến quả báo trong đời kế tiếp (sinh báo) và nghiệp dẫn đến quả báo trong hai hoặc nhiều đời về sau (hậu báo).

Lại có hai mức độ của nghiệp được phân biệt như là *dẫn nghiệp* và *mãn nghiệp*.[1] *Dẫn nghiệp* là nghiệp lực dẫn dắt

---

[1]Dẫn nghiệp còn gọi là khiên dẫn nghiệp hay tổng báo nghiệp, chỉ các nghiệp nào chi phối, dẫn dắt một chúng sinh tái sinh vào một đời sống nhất định nào đó. Mãn nghiệp còn gọi là viên mãn nghiệp hay biệt báo nghiệp, chỉ các nghiệp chi phối đời sống của mỗi chúng sinh trong một thân tái sinh nhất định nào đó. Lấy ví dụ, nghiệp dẫn dắt một chúng sinh tái sinh vào

44

Three principal aspects of the path

point view of the result that they produce, they can be termed wholesome, unwholesome or neutral actions. Wholesome actions give rise to pleasant results, unwholesome actions give rise to unpleasant results and neutral actions lead to a feeling of equanimity. Then there are actions that will definitely give rise to a result and those that will not. For example when an action comes into being, it is first motivated, there is an intention, then it is actually implemented and finally it is brought to a conclusion.

Now, when the intention, action and conclusion are all very strong, it is definite that the action will give rise to a result, whether good or bad. On the other hand, if the intention is very strong but you do not put it into effect, or if at the end instead of thinking that you have completed the deed, you regret what you have done, then that particular action may not produce an effect at that time. If these three aspects intention, application and conclusion, are not present the action is classified as indefinite.

From the point of view of the basis experiencing the result, there are actions that give fruit in this very life, actions that give fruit in the immediate next life and actions whose fruits will be experienced in many lives after the next.

Then there are two levels of action which can be classified as projecting and completing actions. Projecting actions are those actions which are responsible for projecting us into a particular life through birth as a human being, animal or other state of being. Completing actions are those that determine

Ba điểm tinh yếu trên đường tu tập

chúng ta tái sinh làm người, làm súc sinh hay một loài chúng sinh nào khác. *Mãn nghiệp* là những nghiệp tạo thành phẩm chất của bất kỳ đời sống nào mà chúng ta đã tái sinh vào. Chẳng hạn, cho dù được làm người nhưng bạn có thể luôn phải chịu cảnh nghèo khó; [hoặc] ngay từ lúc chào đời các giác quan của bạn có thể bị khiếm khuyết hay tay chân tàn tật. Ngược lại, bạn cũng có thể có làn da đẹp rạng ngời và một sức khỏe tự nhiên. Ngay cả khi tái sinh làm súc sinh, bạn cũng có thể được sống trong một căn nhà tiện nghi thoải mái, như làm một con chó cưng chẳng hạn... Những phẩm chất tốt đẹp hay khuyết tật mà bạn nhận lãnh ngay từ khi mới sinh ra như thế, vốn đi kèm với sự hình thành của một kiếp sống cụ thể nào đó, chính là kết quả của *mãn nghiệp*.

Như vậy, các nghiệp có thể được gọi là *dẫn nghiệp* hay *mãn nghiệp* tùy theo chức năng của chúng. Rất có thể xảy ra những trường hợp mà *dẫn nghiệp* là tốt đẹp nhưng *mãn nghiệp* là xấu ác; hoặc cho dù *dẫn nghiệp* là xấu ác, nhưng *mãn nghiệp* có thể là hiền thiện.

Cho dù một hành vi cụ thể nào đó là tích cực - như đặt niềm tin vào đức Phật, hay tiêu cực - như sự tham luyến, nếu xét theo ý nghĩa tự thân hành vi ấy là đơn thuần thì nó có thể được xem như thuần thiện hoặc hoàn toàn bất thiện.[1] Nếu việc chuẩn bị [hay tác ý] cùng với sự thực hiện

---

cõi người hay súc sinh gọi là dẫn nghiệp; nghiệp chi phối đời sống đó của chúng sinh, chẳng hạn như làm người giàu sang hay nghèo khó, khôn ngoan hay ngu si... cùng với tất cả những hoàn cảnh khác mà chúng sinh ấy trải qua trong suốt cuộc đời được gọi là mãn nghiệp. Như vậy, sự phân chia này là dựa vào chức năng của nghiệp biểu lộ, không phải sự khác biệt về tính chất. (ND)

[1]Nguyên tác dùng white (trắng) và black (đen) để chỉ các nghiệp thiện và bất thiện. Đây là cách dùng trong nhiều kinh điển Pali, được dùng theo khái

46

Three principal aspects of the path

the quality of whatever life you are born into. For example, despite being a human being you may be perpetually poor. Right from birth, your sense faculties may be damaged or your limbs crippled. On the other hand, your complexion may be radiant and you may have a natural strength. Even born as an animal you might, like a pet dog, have a comfortable home. These kinds of qualities or defects that you inherit right from birth, that are additional to the actualization of a particular birth, are the result of completing actions.

So actions can be termed projecting or completing according to their function. It is possible that although the projecting action is wholesome, the completing action is non virtuous, and that although the projecting action is unwholesome, the completing action is virtuous.

Whether a particular action is positive, like faith in the Buddha, or negative, like attachment, if in its own terms it is pure, it can be seen as completely white and virtuous or completely black and unwholesome. If the preparation,

Ba điểm tinh yếu trên đường tu tập

và kết thúc một hành vi cụ thể nào đó là thuần thiện thì nghiệp [của hành vi] đó có thể được xem là *thiện nghiệp.* Nhưng nếu nghiệp được tạo ra bởi một tác ý, sự thực hiện và sự kết thúc đều không thanh tịnh thì đó có thể xem là nghiệp hoàn toàn bất thiện. Nếu nghiệp được tạo ra bởi một tác ý lẫn lộn, sự thực hiện hành vi là thanh tịnh nhưng kết thúc không thanh tịnh, hay nói cách khác, đó là sự lẫn lộn các phẩm chất hiền thiện lẫn bất thiện thì đó có thể gọi là một nghiệp hỗn hợp.

Chính "cái tôi", hay cá nhân, là đối tượng tích lũy nghiệp và nhận lãnh quả báo. Mặc dù những mức độ khác nhau của nghiệp như vừa nói trên là sản phẩm tâm ý của những chúng sinh cụ thể, các nghiệp đó không hề được tạo ra bởi một đấng sáng tạo của thế giới. Đúng là có một đối tượng nào đó tạo ra nghiệp, bởi vì khi chúng ta nói về hành vi thì theo quán tính [ngôn ngữ] tự nó đã hàm ý rõ ràng rằng có một người hành động hay tác nhân thực hiện hành vi đó mà không phải là một tác nhân từ bên ngoài.

Một hành vi dẫn đến một kết quả theo cách như thế nào? Lấy ví dụ như khi tôi búng móng tay. Ngay lập tức khi tôi dừng, hành vi này kết thúc, để lại một kết quả. Nếu bạn hỏi kết quả đó là gì, thì đó chỉ là sự tan biến của hành vi, và sự tan biến của một hành vi sẽ tiếp diễn không ngừng.

Như vậy, khi chúng ta nói về kết quả của một hành vi cụ thể nào thì đó chỉ là sự tan biến, hoặc một phần của sự tan biến, hay sự chấm dứt của hành vi cụ thể đó.

---

niệm sẵn có từ trước thời đức Phật. Hầu hết các kinh điển Đại thừa không dùng cách diễn đạt này nên người đọc Việt Nam có lẽ sẽ quen thuộc hơn với cách phân biệt thiện nghiệp và bất thiện nghiệp thay vì là bạch nghiệp, hắc nghiệp. (ND)

Three principal aspects of the path

application and conclusion of a particular action are totally virtuous then that action can be seen as a virtuous action. But if it results from impure preparation, application and conclusion, then it can be seen as an unwholesome action. If it is a result of a mixed intention, pure application and impure conclusion, in other words, if it is a mixture of both positive and negative qualities, then it can be called a mixed action.

It is the 'I', or the person, who accumulates an action and experiences its results. Although these different levels of actions are the product of the thinking of particular sentient beings, they are not produced by a creator of the world. There is someone who creates the action, because when we talk about action, the wont itself clearly implies that there is an actor or agent who performs that action, but it is not an external agent.

How does an action give rise to a result? For example, when I snap my fingers, immediately I stop the action is complete, leaving behind a result. If you ask, what that result is, it is the mere disintegration of the action, and the disintegration of an action goes on continuously.

So, when we talk about the result of a particular action, it is the mere disintegration, or part of the disintegration, or the cessation of that particular action.

49

Ba điểm tinh yếu trên đường tu tập

Nói rõ hơn, đây là một kiểu hệ quả để lại do sự tan biến của hành vi đó và chính nó làm khởi lên nhiều pháp hữu vi khác.

Nếu bạn thắc mắc rằng hệ quả của sự tan biến hay kết thúc hành vi cụ thể đó để lại dấu vết nơi đâu, thì câu trả lời là ở trên dòng tương tục của tâm thức hiện hữu ngay vào lúc kết thúc hành vi đó. Có những lúc ý thức nhạy bén và tỉnh táo, cũng có những lúc ý thức đi vào dạng tiềm ẩn, như khi chúng ta ngủ say hoặc bất tỉnh chẳng hạn. Do đó, ý thức không phải là nơi đáng tin cậy để lưu giữ một hệ quả như vậy. Đôi khi ý thức rất vi tế và đôi khi lại rất thô lậu, cho nên ý thức chỉ là một nơi tạm thời ghi nhận các dấu vết [hay các hệ quả vừa nói] đó.

Vì vậy, nếu chúng ta tìm kiếm một sự giải thích rốt ráo thì đó chính là "cái tôi" đơn thuần hay cá nhân mang dấu ấn hệ quả [hay chủng tử] của một hành vi cụ thể. Sự giải thích này căn cứ trên lý giải rốt ráo của một tông phái Phật giáo cao nhất là phái Trung quán Cụ duyên.

Tôi dùng cụm từ "cái tôi đơn thuần" để làm sáng tỏ rằng "cái tôi" hay cá nhân đó chỉ tồn tại qua tên gọi chứ không tồn tại trên cơ sở tự tính. Cái tôi đó chỉ được gán đặt tên gọi chứ tự nó không [thực sự] tồn tại. "Cái tôi" đó không phải là sự vật có thể dùng ngón tay để chỉ [ra cho người khác thấy]. Chữ "đơn thuần" hàm nghĩa rằng "cái tôi" đó hoàn toàn chỉ được xác định bởi tên gọi và ý tưởng, không hề có một "cái tôi" có khả năng tự tồn tại hay độc lập.

Việc phủ định một "cái tôi" tồn tại trên cơ sở tự tính hay có khả năng tự tồn tại không có nghĩa là "cái tôi" không hề tồn tại, nhưng có nghĩa là nó chỉ tồn tại qua tên gọi mà thôi. "Cái tôi đơn thuần", hay cá nhân này trở thành cơ sở

Three principal aspects of the path

To clarify the point it is a kind of potency left behind by the disintegration of that action, which is responsible for bringing forth many other conditioned phenomena.

If you wonder where the imprint of that potency of the disintegration or cessation of that particular action is left, the answer is on the continuum of the conciousness existing during the immediate moment of the cessation of the action. There are occasions when the conciousness is alert and awake and there are occasions when the conciousness is latent, for example when we are in deep sleep, or when we faint. Therefore, the consciousness is not a wholly reliable place to deposit such a potency. Sometimes it is very subtle and sometimes it is very coarse, so the consciousness provides only a temporary basis for such imprints.

Hence, if we seek an ultimate explanation, it is the mere I, or the person, which carries the potency of a particular action. This explanation is based on the ultimate explanation of the highest school that is the Middle Way Consequentialist School.

I used the word 'mere I' to clarify that the I or the person has only nominal not inherent existence. It is only designated and does not exist by itself. It is not something that you can point at with your finger. The word 'mere' indicates an I which is merely designated by name and thought and negates a self-supporting or independent I.

The negation of an inherently existent or self-supporting I does not mean that the I does not exist at all, it has a nominal existence. This mere I or person becomes the basis on which the imprint or potency of an action is left. In general, the I

51

Ba điểm tinh yếu trên đường tu tập

lưu giữ dấu ấn hay hệ quả của một hành vi. Thông thường, "cái tôi" được dùng để chỉ cho tập hợp các uẩn vật lý và tâm thần.

Khi chúng ta nói về thân thể vật chất và tâm thức - vốn là cơ sở để gán đặt tên gọi cái tôi - với sự liên hệ đến [trường hợp của] một con người thì về cơ bản chính tâm thức là cơ sở để gán đặt tên gọi "cái tôi". Tâm thức có nhiều mức độ, có những mức độ thô lậu và có những mức độ vi tế. Thân thể vật chất của con người cũng có thể được phân chia thành nhiều phần như mắt, tai v.v... Những phần vật thể này lại là cơ sở cho sự gán đặt tên gọi của thức. Ví dụ như, *nhãn thức* được đặt tên theo mắt, *nhĩ thức* được đặt tên theo tai... Nhưng nếu bạn cố tìm ra cơ sở vi tế nhất cho sự gán đặt tên gọi của tâm thức thì có vẻ như các dây thần kinh và những đường truyền dẫn trong não bộ thực sự là cơ sở để gán đặt tên gọi của ý thức. Rồi người ta cũng nói đến cơ sở [để gọi tên] các năng lực thụ cảm và chúng được cho là rất vi tế. Người ta không rõ là liệu các cơ sở của năng lực thụ cảm như thế có nằm trong não bộ hay một nơi nào khác hay chăng? Đây sẽ là một đề tài nghiên cứu lý thú.

Hãy lấy một ví dụ, để hình thành nhãn thức thì cần có nhiều nhân duyên. Điều kiện chủ yếu là năng lực thụ cảm của mắt không bị khuyết tật. Điều kiện khách quan là phải có một hình sắc cụ thể trong tầm nhìn của mắt. Tuy nhiên, dù có những điều kiện này cũng chưa chắc là nhãn thức sẽ sinh khởi. Điều này chỉ ra rằng, bên cạnh những điều kiện khách quan bên ngoài và điều kiện chủ yếu bên trong, còn cần đến một điều kiện thứ ba, điều kiện dẫn khởi tức thời, đó chính là một thức. Do đó, cần phải có đủ cả ba điều kiện [như trên] để nhãn thức sinh khởi.

Three principal aspects of the path

is designated to the collection of the physical and mental aggregates.

When we talk about the physical body and the conciousness, which is the basis of designation of the I, with reference to a human being, it is principally the consciousness which becomes the basis of designation of the term I. The conciousness has many levels, some of them coarse and some of them subtle. The physical body of a human being can also be divided into many parts, such as the eye, the ear, and so forth. These physical parts again become a basis for the designation of consciousness. For example, the eye consciousness is designated to the eye, the ear consciousness to the ear and so forth. But if you try to find the subtlest basis of designation of consciousness, it seems that the nerves and pathways of the brain are actually the basis of designation of mental consciousness. Then there is also talk of the bases of the sense powers and these are supposed to be very subtle. It is not clear whether such bases of the sense faculties can be found in the brain or somewhere else. It will be an interesting object of research.

Let us take an example, in order to generate an eye consciousness many conditions or causes are necessary. The dominant cause is an undefective eye sense power. Having a particular form within its focus becomes the objective condition. However, despite the presence of such conditions it is not definite that an eye consciousness will arise. This indicates that a third condition, the immediately preceding condition, which is a consciousness, is required in addition to the external objective condition and internal dominant condition of a sense power. Therefore, in order for the eye sense consciousness to arise all three conditions are necessary.

53

Ba điểm tinh yếu trên đường tu tập

Hãy lấy một ví dụ để làm sáng tỏ điểm này. Đôi khi có những người bệnh sau một thời gian dài trở nên yếu ớt đến nỗi mất hẳn nhịp tim và mọi chức năng cơ thể đều ngưng hoạt động. Họ rơi vào tình trạng hôn mê sâu đến nỗi không một hoạt động cơ thể hay chức năng nào được nhận ra, và về mặt lâm sàng bác sĩ tuyên bố là họ đã chết. Tuy nhiên, có khi sau đó vài phút, thậm chí nhiều giờ, mặc dù rõ ràng là không có các hoạt động cơ thể, người bệnh đó [bỗng nhiên] bắt đầu thở lại, tim bắt đầu đập và các chức năng vật lý được phục hồi. Sự hồi sinh này, bất chấp sự ngưng hoạt động trước đó của mọi chức năng vật lý, cho thấy sự hiện diện tất yếu của một điều kiện tinh thần đã dẫn khởi tức thì ngay trước sự hồi sinh đó. Khi điều kiện dẫn khởi tức thì này, tức là ý thức, xuất hiện thì người đó có thể sống lại. Tương tự, trong trường hợp một thức của giác quan, sự hiện diện đơn thuần của điều kiện chủ yếu và điều kiện khách quan là không đủ để làm sinh khởi một thức cụ thể.

Theo quan điểm Phật giáo, khi chúng ta nói về các mức độ tâm thức khác nhau được gán đặt tên gọi theo các phần cơ thể của một người cụ thể thì đó là ta đang chỉ đến các mức độ tâm thức thô lậu. Các thức này được gọi là thức của một người vì chúng phụ thuộc vào các phần cụ thể trên cơ thể người ấy. Bởi vậy, khi người ta chết thì các mức độ tâm thức thô lậu phụ thuộc vào thân thể vật chất cũng dường như biến mất, nhưng thật lý thú khi ghi nhận rằng sự khởi lên của chúng (các mức độ thô lậu của thức) như là các thực thể của tâm thức không hoàn toàn dựa vào sự hiện hữu của thân thể vật chất. Chúng được tạo ra như những thực thể của sự sáng suốt và nhận biết, chẳng hạn như nhãn thức, nhĩ thức v.v... phụ thuộc vào các điều kiện khác hơn là thân thể.

Three principal aspects of the path

As an example to elucidate this point, there are occasionally cases of people who after a long illness become so physically weak that their heartbeat and all physical functions stop. Entering into such a deep coma that no physical activity or function can be perceived, the doctor declares them clinically dead. However, sometimes after a few minutes or even hours, despite the apparent lack of physical activity, the person starts breathing again, the heart starts beating, and physical functions are regained. This revival, despite the previous cessation of all physical functions, shows the unavoidable presence of a mental condition that immediately preceded it. When that immediately preceding condition, a consciousness, is present the person can come back to life again. Similarly, in the case of a sense consciousness the mere presence of the dominant condition and the objective condition is not sufficient to generate a particular consciousness.

According to the Buddhist view, when we talk about the various levels of consciousness of a particular human being which are designated to the various parts of his body then we are referring to the coarser levels of consciousness of a person. These consciousnesses are called consciousnesses of a human being because they are dependent on particular parts of a human body. Therefore, when a human being dies, all the coarser levels of consciousness that are dependent on the physical body also seem to disappear, but it is interesting to note that their arising as entities of consciousness does not come about merely due to the presence of the physical body. They are produced as entities of clarity and awareness such as eye consciousness, ear consciousness and so forth, in dependence on conditions other than the body.

55

Ba điểm tinh yếu trên đường tu tập

Có một nguyên nhân nền tảng làm sinh khởi các thức này như những thực thể của sự sáng suốt và nhận biết, và tương ứng với các điều kiện khác nhau mà nó hiện hành các thức nhận biết hình sắc, âm thanh v.v... Điều này chứng tỏ có một thức không phụ thuộc vào thân thể vật chất thô trược hơn, nhưng khi gặp các điều kiện thô trược hơn thì nó trình hiện dưới hình thái [các] thức thô trược hơn [như nhãn thức, nhĩ thức...]

Ý thức có bản chất vi tế hơn nhiều, và khi bạn khảo sát bản chất vi tế hơn đó thì nguyên nhân thực sự chủ yếu của thức ấy chỉ có thể là một dòng tương tục của một thức khác vừa dẫn khởi trước đó, bất chấp việc có sự hiện hữu của một thân thể vật chất hay không.

Do đó, rõ ràng là có một kiểu tâm thức tự nhiên nội tại, vốn hoàn toàn thanh tịnh và sáng suốt. Khi trạng thái thanh tịnh này của tâm thức tiếp xúc với các mức độ khác nhau của thân thể vật chất, thức cũng tự nó biểu lộ các mức độ thô trược khác nhau, tùy thuộc vào [loại] thân thể vật chất mà nó hiện hành. Nhưng khi bạn khảo sát bản chất thật sự của tâm thức thì sẽ thấy nó có một sự hiện hữu không phụ thuộc vào các mức độ thô trược hơn của thân thể vật chất.

Trạng thái tâm thức thanh tịnh tự nhiên ấy, vốn hiện hữu không phụ thuộc vào thân thể vật chất, được gọi là ánh tịnh quang nguyên sơ hay thức nguyên sơ, là một thức luôn luôn hiện hữu. So với thức nguyên sơ này thì các thức thô trược hơn là bất định, vì chúng không thường xuyên hiện hữu. Thức tịnh quang nội tại nguyên sơ này là cơ sở thực sự để gán đặt tên gọi cho một chúng sinh hữu tình

56

Three principal aspects of the path

There is a fundamental cause that generates these consciousnesses as entities of clarity and awareness and according to the various conditions it encounters consciousnesses cognizing form, sound and so forth arise. This shows that there is a consciousness independent of the coarser physical body, but when it encounters coarser conditions, it appears in the form of coarser consciousness.

Consciousness has a much subtler nature and if you examine that subtler nature, then the real, substantial cause of that consciousness can only be another continuum of consciousness which preceded it, irrespective of whether there is a physical body or not.

Therefore, there is plainly a kind of innate natural mind, which is totally pure and clear. When this pure state of the mind comes into contact with different levels of physical body, consciousness also manifests itself more or less coarsely, depending upon what particular physical body it is being designated to. But if you examine the real nature of the mind, it has an existence independent of the coarser levels of the physical body.

Such a pure, natural state of mind, which exists independently of the physical body, is called the primordial clear light or the primordial consciousness - a consciousness which has always been present. Compared to this, coarser consciousnesses are adventitious, because they are sometimes present and at other times absent. This primordial innate clear light consciousness is the real basis of designation of a sentient being or person. So, whoever

Ba điểm tinh yếu trên đường tu tập

hay một cá nhân. Do đó, bất kỳ chủ thể nào có loại tâm thức này, tức là trạng thái thanh tịnh của tâm, đều được gọi là một chúng sinh hữu tình, và đây là tiêu chí chính để phân biệt chúng sinh hữu tình với các sinh thể hay các pháp khác. Rõ ràng là [ý niệm về] một cá nhân hay "cái tôi" được gán ghép cho toàn bộ hợp thể của thân và tâm thức, nhưng chính ánh tịnh quang nội tại nguyên sơ này mới là cơ sở duy nhất của sự gán đặt tên gọi cho một cá nhân chứ không phải thân thể vật chất. Các loài thực vật cũng có dạng thân thể vật chất, nhưng do không có loại tâm thức vi tế nội tại này nên không được xem là những cá nhân. Bất kỳ chủ thể nào có một dòng tâm thức tương tục, có cảm thọ, nhận thức v.v... đều được xem là một cá nhân, bất kể hình dạng, sắc tướng hay vẻ ngoài. Do đó, các kinh luận khác nhau đều giảng giải rằng "cái tôi" hay cá nhân đã được gán ghép cho dòng chảy tương tục của tâm thức.

Mặc dù các thức cụ thể khác biệt nhau tùy theo từng trường hợp và các mức độ thô trược hơn của thức phụ thuộc vào những thân thể vật chất khác nhau, nhưng mức độ vi tế nhất của thức - thực thể đơn thuần của sự sáng suốt và nhận biết hay thức tịnh quang nội tại nguyên sơ - lại không phụ thuộc vào thân thể vật chất.

Bản chất của tâm thức không có điểm khởi đầu. Nếu bạn cố truy tìm nguồn gốc ban đầu của tâm thức, bạn sẽ có thể đi ngược dòng thời gian ngày càng xa hơn, nhưng sẽ không thể đến được thời điểm có thể nói là khi tâm thức bắt đầu hiện hữu. Do đó, việc tâm thức hiện hữu từ vô thủy là một loại quy luật tự nhiên.

Three principal aspects of the path

has this kind of consciousness, this pure state of the mind, is termed a sentient being and this is the main criterion that differentiates sentient beings from other living things and other phenomena. No doubt a person or I is attributed to the total aggregate of the physical body and the consciousness, but it is the primordial innate clear light that is the exclusive basis of designation of a person, and not the physical body. Even plants and flowers have a kind of physical body, but since they lack this kind of innate subtle consciousness they are not referred to as persons. Whatever your shape, form or outer aspect, anyone who possesses a continuity of consciousness and has feelings, perception and so on is referred to as a person. Therefore different texts explain that the I or the person has been attributed to the continuity or stream of consciousness.

Although specific consciousnesses vary according to different occasions and coarser levels of consciousness are dependent upon various physical bodies, the subtlest level of consciousness, the mere entity of clarity and awareness, the primordial innate clear light consciousness, is independent of the physical body.

The nature of consciousness has no beginning. If you try to trace the origin of consciousness, you can go further and further back but you will not reach a point at which you can say, this is where this consciousness came into being. Therefore it is a kind of natural law that consciousness came into existence from beginningless time.

Ba điểm tinh yếu trên đường tu tập

Cũng có một cách lý giải thực tế hơn, vì nếu bạn chấp nhận có một điểm khởi đầu của tâm thức thì bạn buộc phải khẳng định là có một chủ thể tạo ra tâm thức, hoặc phải nói rằng tâm thức sinh khởi không có nguyên nhân. [Cả hai] điều này [đều] là phi lý, vì thế mà tâm thức đã được giải thích như là không có điểm khởi đầu.

Nếu bạn hỏi vì sao [tâm thức] không có điểm khởi đầu, ta chỉ có thể nói rằng đây là một quy luật tự nhiên. Nếu chúng ta quan sát thật kỹ thì có quá nhiều sự vật trong thế giới này có dòng tương tục khởi đầu từ vô thủy. Nhưng nếu bạn hỏi đâu là nguồn gốc thực sự tối sơ của chúng, thì bạn sẽ không thể tìm ra câu trả lời. Điều này chỉ đơn giản là bản chất của chúng. Nếu bạn hỏi vì sao các sắc tướng xuất hiện dưới thực thể của sắc thì đơn giản chỉ là do bản chất của chúng. Nếu chúng ta nói rằng "điều này hình thành không có nguyên nhân" hay từ những nguyên nhân không liên quan, thì tại sao giờ đây nó không thể hình thành không có nguyên nhân trong khi trước đây nó đã có thể hình thành không có nguyên nhân?

Do đó, theo quan điểm Phật giáo, nếu bạn hỏi rằng tâm thức có điểm khởi đầu hay không thì câu trả lời là dòng tương tục của tâm thức không có điểm khởi đầu, nguồn gốc của "cái tôi" hay cá nhân là không có điểm khởi đầu và sự sinh ra cũng không có điểm khởi đầu. Và nếu bạn hỏi rằng những điều này có điểm kết thúc hay không thì câu trả lời cũng là không, nếu bạn đang nghĩ đến một dòng tương tục đơn thuần của tâm thức hay dòng tương tục đơn thuần của một cá nhân. Nhưng có sự kết thúc đối với trạng thái cấu nhiễm của tâm thức hay trạng thái cấu nhiễm của một cá nhân; và cũng có một giới hạn đối với sự sinh ra, bởi vì thông thường khi ta nói về sự sinh ra là ta đang đề cập đến

60

Three principal aspects of the path

This is also a more realistic explanation, because if you accept a beginning of consciousness, you either have to assert a creator of consciousness or you have to say that consciousness arises without any cause. This is preposterous, out of concern for which consciousness has been explained as beginningless.

If you ask why it is beginningless, we can only say that it is a natural law. If we observe carefully, there are so many things in this world whose continuity can be traced from beginningless time. But if you ask, what is their real and ultimate origin, you can find no answer. This is simply their nature. If you ask why physical forms appear in the entity of form, it is simply due to their nature. If we say that this comes about without cause or from unrelated causes, why can it not occur causelessly now, when it could previously occur without cause?

Therefore according to the Buddhist view, if you ask whether there is a beginning to conciousness, the answer is that the continuum of conciousness is beginningless, the origin of the I or the person is beginningless and birth is beginningless. And if you ask whether these things have an end, again the answer is negative if you are thinking about the mere continuum of conciousness or the mere continuum of a person. But there is an end to the impure state of mind, the impure state of a person and there is also a limit to birth, because normally when we talk about birth, we are referring to

61

Ba điểm tinh yếu trên đường tu tập

một điều gì đó vốn được tạo ra thông qua nghiệp ô nhiễm và phiền não.

Như vậy, do tính chất không có sự khởi đầu của sự sinh ra, nên những hành vi được thực hiện từ trước có mối quan hệ đến các kinh nghiệm khổ đau và vui thích về sau. Các hành vi lừa dối hay hiền thiện khác nhau mà một cá nhân tích lũy trong nhiều kiếp sống có liên quan đến nghiệp báo trong nhiều kiếp sống khác nhau. Chẳng hạn, nếu bạn thực hiện một số hành vi hiền thiện hay xấu ác trong đời này thì bạn sẽ phải nhận lãnh kết quả của những hành vi ấy [trong những kiếp sống] về sau. Tương tự, bạn có thể đã thực hiện một số hành vi hiền thiện hay xấu ác trong một kiếp trước, và bạn phải nhận lãnh kết quả của những hành vi đó ngay trong kiếp sống ấy hoặc trong kiếp sống hiện nay. Nếu bạn chưa từng tích lũy những nghiệp như thế thì bạn sẽ không bao giờ phải nhận lãnh kết quả của chúng. Ngược lại, nếu bạn đã tạo một nghiệp cụ thể thì nói chung là bạn sẽ không bao giờ né tránh được nghiệp quả của nó: sớm muộn gì nghiệp quả cũng sẽ xuất hiện.

Tương tự, nếu tạo thiện nghiệp thì chắc chắn sẽ hưởng nghiệp quả tốt lành. Những nghiệp loại này được gọi là nghiệp xác định (*định nghiệp*). Nhưng cũng có những nghiệp mà kết quả của chúng không được xác định rõ do thiếu các điều kiện hay tình huống thích hợp. Hơn thế nữa, còn có những nghiệp tưởng chừng như không mấy quan trọng nhưng kết quả lại được nhân lên bội phần nhanh chóng tùy thuộc vào các tình thế, hoàn cảnh và điều kiện.

Như vậy, có nhiều loại nghiệp: nghiệp xác định (*định nghiệp*), nghiệp không xác định (*bất định nghiệp*), nghiệp nhân bội; cũng như sự thật là [nếu] không tạo nghiệp thì

Three principal aspects of the path

something which has been produced through contaminated action and delusion.

So because of the beginninglessness of birth, later experiences of suffering and pleasure are connected to actions performed earlier. The different kinds of deluded actions or virtuous actions that a person accumulates in different lives are connected to results in different lives. For example if you commit some virtuous or negative actions in this life, then you will have to experience their results later on. Similarly, you may have committed some virtuous or unwholesome actions in a past life, whose result you will have to experience in that very life, or in this life. If you have not accumulated such actions, then you will never experience their effects. On the other hand, if you have accumulated a particular action, then generally speaking you will never escape the result: sooner or later it will bear fruit.

Similarly if one has accumulated a positive action the result will be definitely positive. Those kinds of actions are called definite actions, but there are also actions whose result is not very definite, because the proper conditions or situations were not present. Furthermore there are actions, which seem of minor importance, but whose results multiply rapidly depending upon the circumstances, situation and conditions.

So, there are many kinds of action: definite action, indefinite action, actions that multiply greatly, as well as the fact that

63

Ba điểm tinh yếu trên đường tu tập

không phải chịu quả báo và nghiệp đã tạo thì không thể tiêu mất.

Thông thường, tất cả các hành động thường nhật của chúng ta phát xuất từ một sự ước ao hay tham muốn nào đó. Chẳng hạn, nếu bạn muốn đi đến một nơi nào đó thì bạn thật sự chuẩn bị và ra đi; nếu bạn muốn ăn thì bạn tìm kiếm món gì đó và ăn...

Ước muốn có thể được phân thành hai nhóm: nhóm tiêu cực và nhóm hợp lý, sáng tạo. Ví dụ, ước muốn được giải thoát khỏi luân hồi là một một dự định hợp lý, do đó là một ước muốn lành mạnh và hợp lý. Ngược lại, sự khởi tâm tham luyến một đối tượng cụ thể nào đó, như bạn mong muốn có được hay thành tựu một điều gì đó, là một tham muốn bất tịnh và thường khởi sinh từ một nhận thức sai lầm thấy các pháp như là tồn tại một cách độc lập hay sẵn có tự tính tự tồn. Hầu hết những việc chúng ta làm trong luân hồi và những tham muốn mà chúng ta sinh khởi đều là kết quả của kiểu lập luận không hợp lý này.

Sự huân tập tâm thức với những phẩm hạnh tốt đẹp và nỗ lực đạt đến các mục tiêu như sự giải thoát là những ước muốn hợp lý. Dù vậy, trong một số trường hợp cụ thể ước muốn đạt giải thoát của một cá nhân có thể là dựa trên quan niệm chấp hữu. Nhưng mọi ước muốn cho sự hoàn thiện thế gian này đều là dựa trên nền tảng vô minh của quan niệm chấp hữu. Xét từ góc độ này thì tốt hơn là phân loại các ước muốn dựa theo hai phương cách [khởi sinh chúng], một là [những ước muốn] dựa trên luận giải đúng đắn và hai là [những ước muốn] dựa trên luận giải sai lầm.

Three principal aspects of the path

the results of actions not done will not be encountered and that actions once done will not dissipate.

Usually, all our daily actions arise from some wish or desire. For example, if you wish to go somewhere, then you actually set out and go; if you wish to eat something, then you look for something to eat and eat it.

Desire can be classified into two types, one which is negative and another which is logical and creative. For example, the wish to attain liberation from cyclic existence results in a reasonable undertaking, therefore it is a sound and logical desire. On the other hand, to generate attachment towards a particular object, such that you wish to obtain or achieve something, is an impure desire and usually arises from a misconception of phenomena as existing independently or inherently. Most of the work that we do in cyclic existence, and the desires that we generate, are the result of this kind of illogical reasoning.

Familiarizing our minds with positive qualities and trying to achieve goals like liberation are logical desires. Still, it is possible that in particular cases an individual's wish to attain liberation is assisted by the conception of true existence. However, every wish for worldly perfection is based on the ignorance that conceives of true existence. On these grounds it is better to classify desire in two ways, one the result of correct reasoning and the other the result of incorrect reasoning.

Ba điểm tinh yếu trên đường tu tập

Những ước muốn dựa trên quan niệm chấp hữu dẫn đến kết quả là luân hồi. Nhưng vẫn có một loại ước muốn khác, dựa trên sự luận giải đúng đắn, không dẫn đến luân hồi mà là sự khao khát đạt các phẩm hạnh và thành tựu tối thượng của Phật, Pháp, Tăng và Niết-bàn, trạng thái vượt thoát khổ não. Quả đúng là có sự ước ao và khao khát đạt được những điều đó.

Nếu chúng ta không phân chia ước muốn thành hai nhóm như nói trên thì chúng ta có thể nghĩ rằng ước muốn được giải thoát là không chính đáng, rằng ước muốn thực hành giáo pháp là không chính đáng và thậm chí ước muốn được hạnh phúc cũng là không chính đáng. Dĩ nhiên là có nhiều cách khác nhau để ước muốn hạnh phúc cho riêng mình, nhưng rõ ràng là khi ta còn có sự tham luyến và chấp ngã thì nghiệp báo luân hồi vẫn sẽ tiếp tục được tạo ra.

Nói chung, một khi đã tạo nghiệp thì buộc phải nhận lãnh quả báo. Vì thế, cho dù hiện nay chúng ta có thể đang tận hưởng các thú vui trong luân hồi và những khổ não cùng cực vẫn chưa xuất hiện, nhưng vì chúng ta vẫn chưa được giải thoát khỏi những xiềng xích của nghiệp lực và cám dỗ [của luân hồi] nên không hề có sự an ổn và không có gì đảm bảo cho hạnh phúc lâu bền. Đây chính là bối cảnh xuất phát của đoạn kệ sau:

> Nếu thường suy ngẫm về luật nhân quả vốn không
> sai chạy,
> Và những khổ đau trong cõi luân hồi,
> Sẽ có thể dứt trừ sự tham luyến đối với kiếp sống
> tiếp theo.

Three principal aspects of the path

The result of desire based on the conception of true existence is cyclic existence. Still, there is another kind of desire based on sound reasoning that does not project cyclic existence, but aspires to attain the supreme attainments and qualities of the Buddha, the Doctrine, the Spiritual Community and Nirvana, the state beyond suffering. There is a wish and desire to attain them.

If we did not classify desire into two types as mentioned above, we might think that desiring liberation was improper, that desiring religious practice was improper and that even wishing for happiness was also improper. No doubt there are different modes of desiring your own happiness, but what is clear is that so long as we have attachment and a conception of a truly existent self those actions characteristic of cyclic existence will continue to be created.

Generally speaking, once an action has been accumulated the result has to be experienced. Therefore, although we may be enjoying the delights of cyclic existence just now and intense sufferings are not manifest, since we are not free from the actions' shackles and snares we have no security and no guarantee of lasting happiness. This is the perspective, from which this particular text says:

If you think repeatedly about the infallible law of actions
   and results
And the sufferings of cyclic existence,
You will be able to stop attachment to the next life.

Ba điểm tinh yếu trên đường tu tập

Bằng cách thấu hiểu luật nhân quả không bao giờ sai chạy, bạn sẽ thấy rằng trừ phi bạn tịnh hóa hoàn toàn mọi hành vi của mình, bằng không thì bất kỳ niềm vui hay lạc thú nào bạn có được trong cõi luân hồi đều không đáng tin cậy. Sau khi hiểu được điều này, bạn sẽ không còn nhầm lẫn đối với những thú vui trong luân hồi và sẽ có thể dứt bỏ sự tham luyến đối với kiếp sống tiếp theo sau.

Với kiếp người trong luân hồi, chúng ta tự nhiên phải đối mặt với bốn loại khổ não là sinh, già, bệnh, chết. Từ khi sinh ra ta đã đối diện với những khổ đau, đời sống của ta bắt đầu với khổ đau. Cũng cùng lúc ấy, quá trình lão hóa đã bắt đầu và ta cũng bắt đầu chịu đựng bệnh tật ở nhiều mức độ khác nhau. Ngay cả khi đang khỏe mạnh, chúng ta vẫn phải chịu đựng nhiều rối rắm, lộn xộn. Cuối cùng, câu chuyện đời ta luôn khép lại với nỗi khổ đau của cái chết.

Khi nói về một ai đó đang ở trong luân hồi, ta hàm ý chỉ đến một chúng sinh hữu tình đang buông xuôi theo sự chi phối của các nghiệp ô nhiễm và phiền não. Vì chúng ta bị chế ngự bởi các nghiệp ô nhiễm và phiền não nên ta phải chịu tái sinh liên tục trong một vòng luân chuyển, do đó mà gọi là luân hồi.

Giữa nghiệp ô nhiễm và phiền não thì chính phiền não là tác nhân chủ yếu đẩy ta vào luân hồi. Khi không còn phiền não thì chúng ta đạt đến giải thoát.

Phiền não là những trạng thái tâm thức khi sinh khởi trong dòng tâm thức tương tục sẽ để lại [những chủng tử của] sự bất an, mê mờ và đau khổ. Do đó, những trạng thái tâm thức nào làm cho ta mê mờ hoặc đau khổ được gọi là phiền não hay những cảm xúc gây đau khổ. Đó là những tính chất xấu khi sinh khởi trong tâm sẽ làm ta đau khổ.

68

Three principal aspects of the path

By understanding the infallible law of actions and results you will be able to see that unless you completely purify your actions, whatever kind of apparent enjoyment and pleasure you find in cyclic existence will be unreliable. Having understood this, you will not be confused by the pleasures of cyclic existence and will be able to curb your attachment to the next life.

As a human being in cyclic existence we normally encounter four kinds of suffering: the sufferings of birth, old age, sickness, and death. Right from birth, we are faced with sufferings; our life begins with suffering. At the same time the process of ageing begins and we start to encounter different degrees of sickness. Even when we are healthy we encounter a lot of disturbances and confusion. Finally, the chapter of our life is closed with the sufferings of death.

When we talk about someone who is in cyclic existence, we are referring to a sentient being who is uncontrollably under the sway of contaminated actions and delusions. Because we are overpowered by contaminated actions and delusions, we repeatedly have to take birth in a cycle, therefore it is called cyclic existence.

Of the two, contaminated actions and delusions, it is delusions which are mainly responsible for casting us into cyclic existence. When we are free of delusions we attain liberation.

Delusions are states of mind which, when they arise within our mental continuums, leave us disturbed, confused and unhappy. Therefore, those states of mind which delude or afflict us are called delusions or afflictive emotions. They

69

Ba điểm tinh yếu trên đường tu tập

Chính những rối loạn nội tâm này đã thực sự gây khổ đau cho ta chứ không phải những điều kiện bên ngoài.

Khi trong tâm ta vẫn còn tồn tại các tác nhân xấu này thì không thể có hạnh phúc. Vì thế, nếu ta thực sự muốn chuyển hóa tự thân để đạt được nhiều hạnh phúc nhất thì ta nhất thiết phải nhận diện được những trạng thái tâm thức mê mờ này và trừ bỏ chúng. Sự giác ngộ, trạng thái hạnh phúc tối thượng, không thể đạt đến bởi bất kì phương tiện nào khác hơn là sự chuyển hóa tự tâm.

Thông thường, chúng ta nghĩ về các phiền não như sự tham luyến hay sân hận như là những phẩm tính làm cho cuộc đời có ý nghĩa và nhiều sắc thái hơn. Chúng ta nghĩ rằng nếu không có sự tham luyến hay sân hận thì toàn bộ xã hội hay cộng đồng sẽ trở thành nhạt nhẽo và không sinh động. Nhưng nếu bạn suy nghĩ kỹ về điều đó rồi cân nhắc giữa những phẩm tính và bất lợi của các phiền não như tham luyến và sân hận, bạn sẽ thấy rằng trước mắt chúng có thể đem đến cho bạn đôi chút êm dịu và tô điểm cuộc đời bạn, nhưng nếu suy ngẫm kỹ hơn thì bạn sẽ thấy rằng càng ít phiền não ta sẽ càng phát triển được nhiều hơn sự bình thản và sức mạnh trong nội tâm cũng như niềm hạnh phúc vững bền hơn, cho dù cuộc sống có thể là ít sắc thái hơn. Nhờ đó, tâm chúng ta sẽ an lạc, sức khỏe được cải thiện và ta sẽ có thể thực hành các thiện hạnh một cách tốt đẹp.

Dĩ nhiên là bạn có thể cảm thấy cuộc sống của bạn kém sắc màu hơn, không hấp dẫn và vô nghĩa. Nhưng nếu bạn suy nghĩ kỹ và nhắm đến lợi ích dài lâu của chính bản thân mình cũng như các chúng sinh khác thì bạn sẽ nhận ra rằng càng kiểm soát được phiền não thì tâm bạn càng

70

Three principal aspects of the path

are the negative qualities which make us unhappy when they arise within us. It is these internal disturbances and not external conditions that really make us suffer.

As long as we have these evildoers residing within us happiness is impossible. So, if we really want to transform ourselves and achieve maximum happiness, we must identify these deluded states of mind and eliminate them. Enlightenment, the state of greatest happiness, cannot be actualized by any other means than by transforming our minds.

Usually on an ordinary level, we think of delusions like attachment and anger as qualities that make life meaningful and colourful. We think that without attachment and anger our whole society or community would become colourless and without life. But if you think carefully about it and weigh up the qualities and disadvantages of delusions like attachment and anger, you may find that in the short term they give you some relief and make your life colourful. But on closer scrutiny you will find that the fewer of these delusions we have, even though life may be less colourful, the more we will develop inner calm, inner strength and lasting happiness. Consequently, our minds will be happy, our physical health will improve and we will be able to engage successfully in virtuous activities.

Of course, you might feel that your life now is colourless, unattractive and without meaning. But if you think carefully and look for your own and other sentient beings' long term benefit, you will notice that the more you control your delusions, the greater your peace of mind and physical well-

Ba điểm tinh yếu trên đường tu tập

an lạc và sức khỏe càng tốt hơn. Để có thân thể khỏe mạnh, nhiều người đã luyện tập các bài tập yoga khác nhau. Dĩ nhiên là điều này rất tốt, nhưng nếu họ cũng luyện tập một môn yoga tinh thần nào đó thì càng tốt hơn.

Tóm lại, một khi tâm thức còn bị nhiễu loạn và không lành mạnh thì bạn sẽ còn phải tiếp tục đối mặt với bất ổn và khổ đau. Và khi tâm bạn được kiểm thúc, có giới hạnh và không còn phiền não thì bạn càng có thêm nội lực, an tĩnh, bình an và vững chãi, nhờ đó bạn sẽ có khả năng sáng tạo hơn. Từ kinh nghiệm của chính bản thân ta là khi tâm càng bị khuấy động bởi các phiền não thì ta càng đau khổ, chúng ta có thể suy ra rằng khi tâm hoàn toàn trong sáng thì kinh nghiệm hỷ lạc sẽ được duy trì.

Cho đến đây, chúng ta đã thảo luận về các sai lầm [tai hại], khổ đau và phiền não trong luân hồi. Một mặt, chúng ta cần nghĩ đến các sai lầm [tai hại] và khổ não trong luân hồi và khởi tâm chán bỏ chúng; mặt khác, chúng ta cần phải xác quyết khả năng đạt đến Niết-bàn, sự chấm dứt khổ đau - tức là sự trừ bỏ hoàn toàn mọi phiền não. Nếu bạn hỏi rằng thực sự có phương pháp nào giúp chúng ta đạt giải thoát hay không? Hay có phương pháp nào giúp chúng ta loại bỏ hoàn toàn khổ đau và phiền não hay không? Hẳn sẽ rất đáng nêu lên câu hỏi rằng Niết-bàn hay sự giải thoát có thực sự tồn tại hay không.

Giải thoát hay tịch diệt là bản chất của tâm khi đoạn trừ hoàn toàn mọi cấu nhiễm bằng các phương pháp đối trị. Khi bạn suy ngẫm về những khổ đau trong luân hồi và thấy chán bỏ chúng, bạn tìm kiếm Niết-bàn [hay] giải thoát như một sự thay thế. Giả sử tâm chúng ta bị ô nhiễm và mê muội. Khi các cấu nhiễm của thời điểm trước đây

72

Three principal aspects of the path

being. In pursuit of physical health many people do various kind of yoga exercises. No doubt this is very good for them, but if they were also to do some mental yoga that would be even better.

In short, as long as your mind is disturbed and unsound, you will continue to encounter problems and sufferings. And as long as your mind is under control, disciplined and free from these faults, the more you will gain inner strength, calm, peace and stability, due to which you will be able to be more creative. From our own experience that we have more suffering when our minds are more disturbed by faults we can deduce that when our minds are completely clear our experience of happiness will be stable.

Up to this point we have been discussing the faults, sufferings and delusions of cyclic existence. On the one hand, we have to think about the faults and sufferings of cyclic existence and generate aversion to them and on the other we need to ascertain the possibility of attaining nirvana, the cessation of suffering - the complete elimination of delusions. If you were to ask - is there really a method by which we can attain liberation, or a method by which we will be able to eliminate sufferings and delusions completely? It would be worthwhile asking whether nirvana or liberation actually exists.

Liberation or cessation is the nature of the mind on the occasion of the complete annihilation of defilements by their antidotes. When you think about the sufferings of cyclic existence and you weary of them, you look forward to nirvana, liberation, as an alternative. Let us say that we have a defiled and deluded mind. When the defilements of the previous

73

Ba điểm tinh yếu trên đường tu tập

trong dòng tương tục của tâm thức cá biệt này được xóa bỏ hoàn toàn thì chính bản chất của tâm thức thanh tịnh đó là sự giải thoát, Niết-bàn hay chân tịch diệt. Nói cách khác, giáo pháp dạy rằng vòng luân hồi mà chúng ta hiện đang trải nghiệm không phải là vĩnh cửu, bởi vì nó sinh khởi do các nhân duyên và [chúng ta] có thể chống lại.

Nếu bạn hỏi nguyên nhân của luân hồi là gì thì đó chính là vô minh, quan niệm chấp hữu. Và cách đối trị vô minh là gì? Đó chính là trí tuệ nhận biết được tánh Không hay trí tuệ nhận biết thật tánh của các pháp. Ở đây, hai tính chất vô minh - vốn là nguyên nhân của luân hồi - và trí tuệ nhận biết tánh Không - vốn là phương pháp đối trị vô minh - không thể đồng thời tồn tại trong dòng [tâm thức] tương tục của một con người, bởi vì chúng loại trừ lẫn nhau. Mặc dù cả hai cùng hướng đến một đối tượng nhưng cách nhận thức của chúng là hoàn toàn đối nghịch nhau. Do đó, chúng không thể cùng tồn tại trong dòng tâm thức của một người với cùng cường độ. Khi cái này mạnh lên thì cái kia yếu đi.

Nếu khảo sát thật kỹ hai tính chất này, bạn sẽ thấy là vô minh không có sự hậu thuẫn hay nền tảng hợp lý, nhưng trí tuệ nhận biết tánh Không lại có. Bất kỳ tính chất nào dựa trên nền tảng hợp lý đều có thể được củng cố và phát triển không giới hạn. Ngược lại, vì quan niệm chấp hữu không dựa trên nền tảng hợp lý nên khi đối diện với trí tuệ nhận biết tánh Không - là một tâm thức hợp lý dựa trên suy luận đúng đắn - thì nó suy yếu đến mức cuối cùng có thể bị xóa bỏ hoàn toàn. Như vậy, cuối cùng thì trí tuệ nhận biết bản chất [thật sự] của các pháp sẽ có thể nhổ bật cội gốc vô minh, nguyên nhân của luân hồi.

74

Three principal aspects of the path

moment of the continuum of this particular conciousness are completely eliminated, the very nature of that purified conciousness is liberation, nirvana or true cessation. In other words, the teachings say that the cyclic existence that we are presently experiencing is not eternal, because it has arisen from causes and conditions and they can be counteracted.

If you ask what the cause of cyclic existence is: it is ignorance, the conception of true existence. And what is the remedy for such ignorance? It is the wisdom realizing emptiness or wisdom realizing the real nature of phenomena. Now, these two qualities, ignorance, which is the cause of cyclic existence, and the wisdom realizing emptiness, which is the antidote to ignorance, cannot abide simultaneously in the continuum of one human being, because they are mutually exclusive. Although both observe the same object, their modes of apprehension are completely opposed to each other. Therefore, they cannot both abide in one person's continuum with equal strength. As one is strengthened the other is weakened.

If you examine these two qualities carefully, you will find that whereas ignorance has no valid support or foundation, the wisdom realizing emptiness does. Any quality that has a valid foundation can be strengthened and developed limitlessly. On the other hand, because the conception of true existence lacks a valid foundation, when it encounters the wisdom realizing emptiness, a valid mind based on correct reasoning, it is weakened such that it can finally be eliminated altogether. So, ultimately, the wisdom realizing the nature of phenomena will be able to uproot ignorance, the source of cyclic existence.

Ba điểm tinh yếu trên đường tu tập

Nếu ta khảo sát [những vấn đề như] sự tham luyến và sân hận sinh khởi trong tâm như thế nào khi tâm ta vắng lặng và trong sáng, chúng ta thèm khát đối tượng ra sao, đối tượng hiện ra trước ta như thế nào và ta phát khởi ý niệm rằng nó thực sự tồn tại ra sao, thì [qua đó] chúng ta có thể thấy những phiền não [tham luyến và sân hận] này sinh khởi trong ta như thế nào. Tuy rằng chúng ta có thể chưa đạt tới mức thấu hiểu trực tiếp, nhưng ta có thể đưa ra một số suy định đúng đắn.

Tham luyến và sân hận được hậu thuẫn như thế nào bởi quan niệm chấp hữu? Lấy ví dụ, khi bạn rất giận một người nào đó, hãy lưu ý xem vào lúc ấy bạn thấy người đó hoàn toàn đáng ghét, hoàn toàn khó chịu như thế nào. Rồi sau đó, một người bằng hữu nói với bạn rằng: Không, người ấy không hoàn toàn đáng ghét, vì anh ta có một tính tốt nào đó. Nghe vậy, bạn đổi ý và không thấy người ấy là hoàn toàn đáng ghét, hoàn toàn khó chịu nữa.

Điều này cho thấy rõ rằng ngay từ lúc đầu khi bạn khởi tâm tham luyến, sân hận v.v... khuynh hướng tâm lý là bạn nhìn người hay đối tượng đó không chỉ đơn thuần là đáng yêu hay đáng ghét, mà là [nghiêng hẳn về một phía] hoàn toàn đáng yêu hay hoàn toàn đáng ghét. Nếu người đó là đáng yêu, bạn thấy anh ta hay cô ta hoàn toàn hấp dẫn, một trăm phần trăm hấp dẫn, và nếu bạn tức giận với họ thì bạn thấy người đó hoàn toàn không hấp dẫn. Nói cách khác, bạn thấy bất kỳ phẩm tính nào của đối tượng đều là tự chúng tồn tại hay tồn tại một cách độc lập. Do đó, cách nhận thức rằng các pháp tồn tại trên cơ sở tự tính hay thực có tạo nên chỗ dựa vững chắc cho sự sinh khởi của các phiền não như tham luyến và sân hận...

Từ những giải thích như trên, bạn có thể suy định rằng

Three principal aspects of the path

If we examine how attachment and anger arise within, us when our minds are calm and clear, in what way we crave the object, how it appears to us and how we generate a conception of true existence towards it, we will be able to see how these delusions arise within us. Although we may not gain a direct understanding, we can make some correct assumptions.

How are attachment and anger supported by the conception of true existence? When, for example, you are very angry with somebody, notice how at that time you see that person as completely obnoxious, completely unpleasant. Then, later a friend tells you, no that person is not completely unpleasant because he has this or that quality. Just hearing these words, you change your mind and no longer see the person you were angry with as completely obnoxious or unpleasant.

This clearly shows that right from the beginning, when you generate attachment, anger and so forth, the mental tendency is to see that particular person or object not as merely pleasant or unpleasant, but as completely unpleasant or completely pleasant. If the person is pleasant you see him or her as completely attractive, one hundred percent attractive, and if you are angry with them, you see that person as completely unattractive. In other words, you see whatever quality they have as existing inherently or independently. Therefore, this mode of apprehending phenomena as existing inherently or truly provides a strong basis for the arising of delusions like attachment and anger.

From such explanations you can make an assumption that in general this quality, liberation or nirvana, does exist. It is

Ba điểm tinh yếu trên đường tu tập

nói chung thì phẩm tính giải thoát hay Niết-bàn quả thật hiện hữu. Đó là một hiện tượng. Hiện tượng này không chỉ thực sự hiện hữu mà còn là có thể đạt đến trong dòng tâm thức tương tục của bạn. Nếu bạn tự mình tu tập đồng thời các pháp quán tưởng về những tai hại và khổ đau trong luân hồi và về những lợi lạc khi có thể dứt trừ khổ đau và đạt đến giải thoát, thì bạn sẽ có thể phát khởi quyết tâm hoàn toàn thoát khỏi luân hồi.

Lượng định sự phát khởi quyết tâm cầu giải thoát

Đoạn kệ kế tiếp giải thích cách lượng định xem bạn đã phát khởi quyết tâm cầu giải thoát khỏi luân hồi hay chưa:

> *Sau khi tự huân tập theo cách này, nếu con không khởi lòng mến mộ,*
> *Vẻ phồn hoa của luân hồi, dù chỉ trong thoáng chốc,*
> *Và nếu con ngày đêm khát khao giải thoát,*
> *Lúc đó con đã thực sự phát khởi quyết tâm cầu giải thoát.*

Đoạn kệ tiếp theo giải thích về sự phát khởi quyết tâm cầu giác ngộ. Trước hết, sự cần thiết và mục đích phát khởi lòng vị tha được giải thích:

Mục đích của việc phát tâm Bồ-đề

> *Nếu quyết tâm cầu giải thoát không được dẫn dắt bởi tâm giác ngộ thanh tịnh,*

Three principal aspects of the path

a phenomenon. Not only does it exist, but it is something that you can achieve within your mental continuum. If you train yourself in the twin practices of thinking about the disadvantages and sufferings of cyclic existence, and the advantages of being able to get rid of these sufferings and the possibility of attaining liberation then you will be able to generate a determination to become completely free from cyclic existence.

The Measure of Having Generated a Determination to be Free

The next verse explains how to gauge whether you have generated a determination to be free of cyclic existence:

> Having familiarized yourself in this way, if you do not generate admiration
> For the prosperity of cyclic existence even for an instant,
> And if you wish for liberation day and night,
> At that time you have generated the determination to be free.

The next verses explain the generation of the mind of enlightenment. First the need and purpose of generating altruism is explained.

The Purpose of Generating the Mind of Enlightenment

> If this determination to be free is not influenced by a pure mind of enlightenment

Ba điểm tinh yếu trên đường tu tập

*Thì không thể trở thành nhân đưa đến giác ngộ tối
thượng, niềm hỷ lạc toàn hảo.
Do đó, bậc trí giả phải phát tâm Bồ-đề.*

Cho dù bạn có huân tập quyết tâm cầu giải thoát một
cách mạnh mẽ đến đâu đi chăng nữa, nhưng nếu bạn
không phát khởi một tâm nguyện vị tha, một ước nguyện
mạnh mẽ làm lợi lạc cho mọi chúng sinh hữu tình, thì bạn
sẽ không thể đạt đến giác ngộ. Về điểm này, trong Bảo
tràng luận ngài Long Thụ đã nói:[1]

*Nếu con và thế gian này,
Muốn thành tựu giác ngộ tối thượng,
Thì căn bản chính là tâm Bồ-đề.*[2]

Nền tảng để phát khởi tâm nguyện cầu giác ngộ vì chúng
sinh là lòng bi mẫn, vốn có nhiều dạng khác nhau. [Khi bạn
nghĩ rằng] thật tốt đẹp biết bao nếu mọi chúng sinh đều
được thoát khổ thì đó là một dạng của lòng bi mẫn. Còn có
những cấp độ khác của lòng bi mẫn không chỉ bao gồm ý
tưởng này mà còn có cả lòng dũng cảm mạnh mẽ hơn. Tâm
bi mẫn này tạo ra một quyết tâm đặc biệt tự mình gánh
vác trách nhiệm trừ dứt mọi khổ đau cho chúng sinh. Ngay
cả các bậc Thanh văn và Độc giác Phật cũng ước nguyện
thiết tha rằng chúng sinh được thoát ly khổ đau. Tương tự,

---

[1]Bảo tràng luận (Phạn ngữ: Ratnvaly), thường gọi là Bảo hành vương chính
luận (Phạn ngữ: Rjaparikath-ratnvaly), đã được ngài Chân Đế (Paramrtha)
dịch sang Hán văn, thuộc quyển 32 của Đại chánh tạng. (ND)

[2]Bài kệ này được dịch sang Hán văn trong bản dịch của ngài Chân Đế là:若人
未解脫,教一切眾生,堅發菩提心. (Nhược nhân vị giải thoát, giáo nhất thiết
chúng sinh, kiên phát Bồ-đề tâm.) So sánh với nội dung ở đây sẽ thấy có
sự khác biệt đáng chú ý, vì đoạn kệ Hán văn này có thể tạm dịch là: "Nếu
người chưa được giải thoát [mà] muốn giáo hóa tất cả chúng sinh [thì hãy
dạy họ] phát tâm Bồ-đề thật kiên cố." (ND)

Three principal aspects of the path

*It will not become a cause for unsurpassable
enlightenment, the perfect bliss.
Therefore, the intelligent should generate a mind of
enlightenment.*

However strong your familiarity with the determination to be free of cyclic existence may be, unless you generate an altruistic attitude, a strong wish to benefit sentient beings, it will be impossible for you to attain enlightenment. In this regard Nagarjuna's Precious Garland says:

*If you and this world wish
To actualize supreme enlightenment
Its root is the mind of enlightenment.*

The basis for generating an altruistic aspiration for enlightenment is compassion, of which there are many types. One kind of compassion is to think how nice it would be if sentient beings were free from suffering. There are other degrees of compassion which include not only this thought, but also have greater courage. This induces a special resolve to take responsibility personally for getting rid of sentient beings' sufferings. Even the Hearers and Solitary Buddhas strongly wish that sentient beings be separated from suffering. Similarly, we ourselves sometimes generate

Ba điểm tinh yếu trên đường tu tập

đôi khi chính chúng ta cũng khởi lòng bi mẫn nghĩ rằng thật tốt đẹp biết bao nếu mọi chúng sinh đều thoát khổ. Chẳng hạn như khi thấy cảnh khốn cùng hay điều kiện bơ vơ của một người hay con vật nào đó, chúng ta có thể khởi lên một cảm xúc bi mẫn mạnh mẽ ước mong rằng khổ đau của chúng sinh đó sẽ được dứt trừ.

Điều cũng quan trọng cần lưu ý là, khi đối tượng của lòng bi mẫn là một người mà chúng ta yêu thích thì sự thương cảm của chúng ta [có thể] dựa trên sự tham ái hơn là lòng bi mẫn. Ngược lại, nếu bạn khởi tâm bi mẫn khi thấy sự khổ đau của một con vật bị bỏ rơi, chẳng hạn như một con chó hoang mà bạn chẳng có sự quyến luyến gì, thì đó mới thuần túy là lòng bi mẫn.

Lòng bi mẫn phát khởi bởi các bậc Thanh văn và Độc giác Phật cao thượng hơn nhiều so với lòng bi mẫn mà chúng ta thường phát khởi, vì khi trông thấy khổ đau tràn ngập khắp cõi luân hồi thì các ngài phát khởi lòng bi mẫn đối với tất cả chúng sinh. Vì không thấy được khổ đau trong khắp cõi luân hồi, chúng ta chỉ thấy khổ đau của một số chúng sinh nào đó, mà ta cũng chỉ thấy như một dạng sai lầm hay khiếm khuyết của họ. Tuy nhiên, các bậc Thanh văn và Độc giác Phật không có dạng bi mẫn thôi thúc họ tự mình gánh vác trách nhiệm giải thoát [tất cả] chúng sinh.

Lòng bi mẫn do các vị Bồ Tát phát khởi là cao thượng nhất. Các ngài không chỉ ước nguyện cho chúng sinh thoát ly khổ đau mà còn tự nguyện gánh vác trách nhiệm cứu giúp [tất cả] chúng sinh thoát khổ. Tâm bi mẫn này được gọi là *đại bi.* Chính tâm đại bi này là nền tảng của tâm

Three principal aspects of the path

the kind of compassion which thinks how nice it would be if sentient beings were free from sufferings. For example, seeing the misery or neglected condition of a particular person or animal, we might generate a strong sense of compassion wishing that the sufferings of that particular sentient being be eliminated.

It is also important to note that when the object of our compassion is someone we like our sympathy is based on attachment rather than compassion. On the other hand, if, seeing the sufferings of a neglected animal, such as a stray dog to whom you have no attachment at all, you generate compassion, that is pure compassion.

Now, the compassion generated by Hearers and Solitary Buddhas is of a much higher quality than the compassion we normally generate, because, seeing the suffering that pervades the whole of cyclic existence, they generate compassion for all sentient beings. Unable to see the sufferings of all cyclic existence, we see only the sufferings of particular beings, which we see only as some kind of fault or demerit in them. However, Hearers and Solitary Buddhas do not have a compassion that induces them to take responsibility for liberating sentient beings themselves.

The compassion generated by Bodhisattvas is of the highest kind. They not only wish that sentient beings be separated from suffering, but voluntarily take responsibility for ridding them of their sufferings. This is called great compassion. It is this compassion which underlies the altruistic aspiration for

83

Ba điểm tinh yếu trên đường tu tập

nguyện cầu giác ngộ vì tất cả chúng sinh và [cũng chính nó đã] làm sinh khởi tâm nguyện đặc biệt này. Do đó, trong các kinh văn thường dạy rằng chính tâm đại bi là gốc rễ của tâm Bồ-đề. Để phát khởi tâm đại bi như thế, một mặt bạn phải nhận diện được nỗi khổ đau mà chúng sinh nào đó đang chịu đựng; mặt khác, bạn phải thực lòng xem chúng sinh đó là đáng yêu và thân thiết.

Phương tiện phát tâm Bồ-đề

> *Bị cuốn trôi bởi bốn dòng thác dữ;*
> *Bị trói chặt bởi nghiệp lực, khó lòng cởi bỏ;*
> *Bị giam hãm trong lưới sắt của ngã chấp;*
> *Hoàn toàn bao phủ trong bóng tối dày đặc của vô*
> * minh;*
> *Trôi nổi trong luân hồi bất tận;*
> *Đau đớn khôn nguôi bởi ba khổ não trong từng kiếp*
> * tái sinh.*
> *Khi quán chúng sinh từng là mẹ ta trong tình*
> * trạng như vậy, hãy phát khởi tâm vô thượng Bồ-*
> * đề.*

Cụm từ *"chúng sinh từng là mẹ ta"* ở đây chỉ rõ những chúng sinh đang thống khổ kia chẳng phải là hoàn toàn không liên quan đến bạn. Họ đã từng là mẹ bạn trong nhiều kiếp trước và đã đối xử với bạn cực kỳ tử tế. Do đó, bạn phải xem họ là những người rất đáng yêu. Việc thấu hiểu được những người mẹ của bạn thống khổ ra sao sẽ khơi dậy trong lòng bạn một cảm xúc [thương cảm] như không sao chịu nổi. Thông qua tiến trình tinh thần nhận biết mối liên hệ rất thân thiết giữa bạn và các chúng sinh

84

Three principal aspects of the path

enlightenment and which induces the special attitude. For this reason we often come across statements in the scriptures that it is compassion which acts as the root of the mind of enlightenment. In order to generate such compassion, on the one hand you must identify the suffering by which the particular sentient being is afflicted. On the other hand you should regard that being as pleasant and dear to your heart.

The Means of Generating the Mind of Enlightenment

Carried away by the four torrential rivers
Bound by tight bonds of actions, difficult to undo,
Caught in the iron net of the conception of self
Thoroughly enveloped by the thick darkness of ignorance
Born into boundless cyclic existence,
And in their rebirths unceasingly tormented by the three sufferings:
Contemplating the state of mother sentient beings in such conditions, generate the supreme mind.

The words 'mother sentient beings' here clearly show that suffering sentient beings are not totally unrelated to you. They have acted as your mother in many previous lives and have been extremely kind to you. Therefore you should see them as very pleasing. Understanding how your mothers suffer will provoke in you a feeling of being unable to bear it. Through the mental process of recognizing how you are intimately connected to sentient beings you will be able to

85

Ba điểm tinh yếu trên đường tu tập

khác, bạn sẽ có thể phát khởi tâm đại bi, và tâm đại bi sẽ làm phát khởi tâm Bồ-đề.

Đoạn kệ này nói rằng chúng sinh đang bị cuốn phăng đi bởi bốn dòng thác dữ. Bốn dòng thác này có thể chỉ đến bốn nghiệp nhân xô đẩy chúng sinh vào sự tái sinh trong luân hồi và chúng cũng có thể chỉ đến bốn nghiệp quả. Nhưng ở đây bốn dòng thác dữ chỉ đến bốn nỗi khổ không mong muốn mà chúng ta phải gánh chịu trong luân hồi: Đó là [những khổ đau của sự] sinh ra, già yếu, bệnh tật và chết đi. Nói cách khác, chúng ta hoàn toàn chịu sự chi phối của nghiệp bất tịnh rất mạnh mẽ và không thể cưỡng lại, do vậy mà chúng ta phải chịu đựng bốn nỗi khổ nói trên.

Những nghiệp bất tịnh nặng nề đến như thế cũng sinh khởi từ những [cảm xúc] phiền não mạnh mẽ như sân hận và tham luyến. Và những phiền não này lại sinh khởi từ quan niệm cứng nhắc về một bản ngã (thực sự tồn tại) mạnh mẽ. Quan niệm chấp ngã này được ví như một tấm lưới sắt kiên cố, do nó mà chúng ta bị giữ chặt trong luân hồi. Một quan niệm cứng nhắc về bản ngã có nghĩa là nó kiên cố và không bị bác bỏ. Quan niệm chấp ngã càng kiên cố thì những phiền não như sân hận và tham luyến sẽ càng nặng nề hơn. Phiền não càng nặng nề thì nghiệp lực dẫn dắt chúng ta vào luân hồi càng mạnh mẽ hơn. Và nghiệp lực dẫn dắt chúng ta vào luân hồi càng mạnh thì khổ não càng lớn.

Quan niệm sai lầm về bản ngã phát sinh vì chúng ta bị vây quanh bởi bóng tối của vô minh. Trong đoạn văn này, *"quan niệm sai lầm về bản ngã"* giam hãm chúng ta trong luân hồi thực sự muốn chỉ đến quan niệm sai lầm về tự

Three principal aspects of the path

generate the great compassion that gives rise to the mind of enlightenment.

This verse says that sentient beings are being carried away by four torrential rivers. These four could refer to the four causes that project sentient beings into birth in cyclic existence and they could also refer to their four results. But, here, the four rivers refer to the four unwanted sufferings that we encounter in cyclic existence: that is birth, ageing, sickness and death. In other words, we are completely under the control of very strong, irreversible contaminated action, because of which we experience these four sufferings.

Such strongly contaminated actions also arise from potent delusions like anger and attachment. These in turn arise from a powerful conception of (a truly existent) self. This is compared to a strong iron net, due to which we are ensnared in cyclic existence. A strong conception of self means that it is stable and unchallenged. The stronger the conception of self is, the stronger delusions like anger and attachment will be. And the stronger the delusions are, the stronger the actions that project us into cyclic existence will be. And the stronger the actions that project us into cyclic existence are, the more powerful our sufferings will be.

The misconception of self arises because we are obscured on all sides by the darkness of ignorance. In this context the misconception of self that entraps us in cyclic

Ba điểm tinh yếu trên đường tu tập

ngã của chúng sinh, bởi vì dòng kệ kế tiếp nói rằng chúng sinh hoàn toàn mê mờ và bị vây phủ bởi bóng tối dày đặc của vô minh. Thông thường, [cụm từ] *"quan niệm sai lầm về bản ngã"* tự nó hàm ý chỉ đến sự vô minh, nhưng khi ta thấy cả hai khái niệm cùng được giải thích, như [cách nói] *"quan niệm sai lầm về bản ngã và vô minh"*, thì khái niệm đi trước, tức *"quan niệm sai lầm về bản ngã"* [được dùng để] chỉ đến quan niệm sai lầm về tự ngã của chúng sinh, và [khái niệm] *"vô minh"* ở dòng tiếp theo [được dùng để] chỉ đến quan niệm sai lầm về bản ngã của các pháp, tức quan niệm sai lầm cho rằng các pháp thực sự tồn tại, [hay quan niệm chấp hữu].

Quan niệm sai lầm của chúng ta về sự tồn tại thực sự của các pháp, hay nói cách khác là sự tham luyến mãnh liệt của chúng ta vào dáng vẻ hấp dẫn của thân thể bằng xương thịt này, chính là nền tảng để phát sinh quá nhiều tham luyến đối với tự thân. Do đó, quan niệm sai lầm về các pháp [hay chấp hữu] chính là nền tảng của quan niệm sai lầm về tự ngã [hay chấp ngã]. Khi bạn quán sát "cái tôi" trong dòng tâm thức và khởi sinh một cảm giác về "cái tôi", quan niệm về một bản ngã thực sự tồn tại; quan điểm này được gọi là *hữu thân kiến*,[1] [hay kiến chấp cho rằng thân này là thật có]. Như vậy, quan niệm sai lầm về bản ngã của các pháp đã dẫn đến quan điểm chấp thân thật có

---

[1]Thuật ngữ này trong Tạng ngữ là "jig tshogs lta ba", được dịch từ Phạn ngữ là "satkyadṛṣṭi", dịch sang Anh ngữ là "view of transitory collection" và trong kinh điển Hán tạng gọi là hữu thân kiến, tức là quan điểm hay định kiến cho rằng thân này là thật có và tham luyến nó như một thực thể tự tồn tại độc lập, trong khi thực tế thì đó chỉ là một hợp thể (collection) được hình thành giả tạm, nhất thời (transitory) do nhân duyên hội tụ mà thôi. Đôi khi cũng gặp những cách gọi ít phổ biến hơn như là "tác hư ngụy thân kiến", "hoại thân kiến" hay "di chuyển thân kiến". (ND)

88

Three principal aspects of the path

existence actually refers to the misconception of self of persons, because the next line says that sentient beings are completely confused and enshrouded by the great darkness of ignorance. Usually the misconception of self itself is referred to as ignorance, but when we find two things explained, like the misconception of self and ignorance, the first, the misconception of self, refers to the misconception of self of persons, and ignorance in the next line refers to the misconception of self of phenomena, the misconception of phenomena as truly existent.

Our misconception of the true existence of phenomena, in other words our strong grasping for the attractions of our physical body, acts as the foundation for generating too much attachment towards our own person. Therefore, the misconception of phenomena acts as a foundation for the misconception of the person. When you observe the 'I' in your continuum and generate a feeling of 'I', a conception of a truly existent self, that is called the view of the transitory collection. So, the misconception of self of phenomena gives rise to this view of the transitory collection and this in turn stimulates the accumulation of action. And because of the

Ba điểm tinh yếu trên đường tu tập

này, và rồi quan điểm này lại kích thích sự tích lũy nghiệp. Do các quan niệm sai lầm [cho rằng thật có] bản ngã của các pháp và tự ngã của chúng sinh, chúng ta vô tình thọ sinh vào luân hồi và phải không ngừng chịu đựng các khổ não như sinh, già, bệnh v.v... trong thời gian vô tận.

Và sự chấm dứt những nghiệp quả theo sau luôn phụ thuộc vào sự chấm dứt của các nghiệp nhân dẫn khởi. Nếu các nghiệp nhân nặng nề đã tạo ra rồi thì bạn buộc phải gánh chịu nghiệp quả, cho dù bạn có muốn né tránh đến mức nào đi chăng nữa. Nếu bạn suy nghĩ được như vậy thì càng chán ghét khổ não bao nhiêu bạn sẽ càng ghê sợ nghiệp nhân bấy nhiêu. Các câu kệ này giải thích hai phương thức để phát khởi tâm xả ly và một quyết tâm cầu giải thoát thông qua sự suy xét sự thật về khổ đau (Khổ đế). Các phương thức này là suy ngẫm về các tai hại và khổ đau trong luân hồi cùng với việc quán chiếu các nguyên nhân thực sự của khổ đau (Tập đế). Khi đoạn kệ giải thích những điều như bốn mức độ của khổ đau... thì chính là đang giảng giải về Khổ đế; và khi đoạn kệ giải thích các yếu tố như quan niệm chấp hữu, vô minh và nghiệp ô nhiễm thì chính là đang giảng giải về Tập đế. Bằng cách này, bài kệ đã giảng giải về hai chân đế đầu tiên.

Nếu bạn quán chiếu chu kỳ của khổ đau và các nguyên nhân gây khổ đau trong mối tương quan với các chúng sinh khác thì điều này sẽ dẫn đến sự tu tập lòng bi mẫn. Nhưng nếu bạn quán chiếu chu kỳ khổ đau và các nguyên nhân gây khổ đau trong mối tương quan với chính bạn thì điều này sẽ dẫn đến sự phát khởi quyết tâm cầu giải thoát.

90

Three principal aspects of the path

misconception of self of phenomena and the misconception of self of persons, we involuntarily take birth in cyclic existence and for an immeasurable time experience an unceasing chain of suffering like birth, ageing, sickness and so forth.

Now, the cessation of subsequent results depends on the cessation of the preceding causes. If strong causes have been created then you have to experience their result, no matter how reluctant you are. If you think in this way, then the more you resent your sufferings the more you will loathe their causes. These verses explain two ways of generating renunciation and a determination to be free through thinking about true suffering. These are to think about the faults and sufferings of cyclic existence and to reflect on the true origins of suffering. When the verse explains the four levels of sufferings and so forth, it is explaining true suffering, and when it explains factors like the conception of true existence, ignorance and contaminated action, it is explaining the true origins of suffering. In this way it explains the first two noble truths.

If you think about this cycle of suffering and its origins with reference to other sentient beings, it will lead to training in compassion. But if you think about these sufferings and their origins with reference to yourself it leads to generation of a determination to be free.

Ba điểm tinh yếu trên đường tu tập

Hôm qua, chúng ta đã thảo luận về các mức độ khác nhau của khổ đau và phương thức để phát khởi một thái độ vị tha mong muốn làm lợi lạc cho tất cả chúng sinh. Về vấn đề này, đoạn kệ nói rằng:

> *Trông thấy nỗi thống khổ của những chúng sinh từng là mẹ ta,*
> *Đang ở trong tình trạng khổ đau đến như thế, ta cần phải phát tâm vô thượng.*

Nói cách khác, trước hết chúng ta phải quán sát những khổ đau của chúng sinh, rồi sau đó khởi sinh một cảm xúc thân thiết, yêu thương mạnh mẽ đối với họ. Bạn càng cảm thấy thân thiết với chúng sinh thì sẽ càng dễ dàng hơn trong việc khởi sinh tâm trạng [thương cảm] đến mức như không sao chịu nổi trước những khổ đau của họ. Do vậy, ta nên thấy tất cả chúng sinh như là người thân của ta, như mẹ ta chẳng hạn...

Để mở lòng quan tâm đối với chúng sinh thì trước hết chúng ta phải thấu hiểu bản chất không có khởi đầu của luân hồi. Chúng sinh thọ sinh trong cõi luân hồi cũng bắt đầu từ vô thủy đến nay nên chẳng có một chúng sinh nào mà bạn có thể cho là không có quan hệ với bạn như một người thân, như mẹ bạn chẳng hạn.

Để khởi sinh tình cảm yêu thương, thân thiết thật mạnh mẽ đối với tất cả chúng sinh thì trước hết bạn cần phải phát tâm bình đẳng mạnh mẽ đối với mọi chúng sinh. Dựa trên tâm bình đẳng này, bạn có thể khởi sinh tình cảm thân thuộc đối với các chúng sinh khác và xem họ như mẹ mình. Khi đó, bạn sẽ có thể quán chiếu về lòng tốt của những chúng sinh này, cũng tương tự như lòng tốt của gia

Three principal aspects of the path

Yesterday we were discussing the different levels of suffering and how to generate an altruistic attitude wishing to benefit all sentient beings. In this context the text says:

Seeing the sufferings of the mother sentient beings

That are in such a situation we should generate the supreme mind.

In other words we must first observe the sufferings of sentient beings, and then generate a strong feeling of closeness and affection for them. The closer you feel to other sentient beings the easier it will be to generate a feeling of being unable to bear their suffering. Therefore, we should view all sentient beings as our relatives, such as our mother.

In order to generate this mental attitude of concern for other sentient beings we must first understand the beginningless nature of cyclic existence. The sentient beings who have taken birth in cyclic existence are also beginningless, therefore, there is no sentient being who you can say has not been connected to you as a relative such as your mother.

In order to generate a strong sense of affection and closeness to all other sentient beings, you must first generate a strong sense of equanimity towards all sentient beings. Based on this feeling you can generate a sense of kinship with the rest of sentient beings and view them as your mother. Then, you will be able to reflect on the kindness of these sentient beings, which is the same as the kindness of your present family which sustains you now. When you see them

Ba điểm tinh yếu trên đường tu tập

đình bạn hiện nay, [những người] đang cưu mang bạn. Khi bạn xem họ như người thân thuộc của chính bạn và nghĩ nhớ đến lòng tốt của họ thì bạn sẽ có thể khởi tâm nâng niu, ấp ủ họ trong tim.

Một cách khác để khởi sinh tâm nguyện vị tha là tự hoán chuyển vị trí của mình với những người khác. Điều này có thể làm được vì các chúng sinh khác cũng giống như bạn trong sự mong ước hạnh phúc và không muốn khổ đau. Họ cũng giống bạn về khả năng và cơ hội loại bỏ khổ đau và đạt được hạnh phúc. Và cũng giống như bạn, mọi chúng sinh đều có quyền loại bỏ khổ đau và đạt hạnh phúc cao nhất. Mặc dù bạn cũng giống họ ở những điểm này, nhưng tất cả chúng sinh khác lại đông vô số kể. Và bạn không phải là không liên quan gì đến họ, bởi vì trong những quan hệ thế gian, bạn phụ thuộc vào họ rất nhiều. Ngay cả khi thiền quán về con đường tu tập, bạn cũng thực hành bằng cách chú tâm đến chúng sinh. Cuối cùng, sự giác ngộ rốt ráo được biết đến như là sự thành tựu tự nhiên không dụng công những mục tiêu của tha nhân, được đạt đến trong sự phụ thuộc vào chúng sinh. Như vậy, chúng ta gắn bó và phụ thuộc vào chúng sinh khi ta còn trong cõi luân hồi cũng như trên suốt chặng đường tu tập và cuối cùng cả khi ta thành tựu đạo quả.

Giờ đây, khi bạn đã thấy rõ mối liên hệ chặt chẽ với tất cả các chúng sinh khác, thật dại dột nếu bỏ qua hạnh phúc của họ để theo đuổi những lợi ích của riêng một chúng sinh duy nhất là cá nhân bạn. Ngược lại, điều khôn ngoan là biết bỏ qua lợi ích của riêng một người vì lợi lạc của đa số chúng sinh còn lại.

Three principal aspects of the path

as your own relatives and remember their kindness you will be able to generate an attitude of cherishing them, taking them to your heart.

Another method of generating an altruistic attitude is to exchange yourself with others. This is possible because all other sentient beings are the same as you in wanting happiness and not wanting suffering. They are also the same as you in having the capacity and the opportunity to get rid of suffering and attain happiness. Like you all sentient beings have the right to eliminate suffering and attain maximum happiness. Although you are the same from all these perspectives, all other sentient beings are countless. And yet you are not unrelated to them, because in worldly terms you are very much dependent on them. Even when you meditate on the path you do so by focusing on sentient beings. Finally, ultimate enlightenment known as the effortless spontaneous achievement of others' purposes is achieved in dependence on them. Thus, we are related to and dependent on sentient beings when we are in cyclic existence, during the path and finally at the time of the fruit.

Now, seeing that you have this close connection with all other sentient beings, it is foolish to neglect their welfare to pursue the interests of only one being - yourself. On the other hand, it is wise to neglect the interests of one for the benefit of the rest who are the majority of sentient beings.

95

Ba điểm tinh yếu trên đường tu tập

Tất cả các thú vui và phương tiện mà bạn tận hưởng trong cuộc sống này như của cải, vật sở hữu, danh vọng và bè bạn đều có được nhờ vào các chúng sinh khác. Chúng ta không thể hình dung việc thụ hưởng được bất kỳ điều gì bằng vào công sức của riêng ta mà không cần đến sự giúp đỡ của họ. Đặc biệt là trong thời hiện đại này, mọi thứ mà chúng ta thụ hưởng như thực phẩm, quần áo và tất cả các thứ khác đều do các xí nghiệp sản xuất, trong đó có nhiều người cùng làm việc. Hầu như chẳng có gì được gieo trồng hay làm ra trên mảnh sân vườn nhỏ bé của bạn...

Chúng ta ăn trái cây đóng hộp được làm ra bởi công sức của những người khác. Khi chúng ta đi máy bay, chúng ta phụ thuộc vào công việc và những phương tiện do những người vận hành máy bay đảm nhiệm. Trong xã hội hiện đại, chúng ta không thể hình dung việc mưu sinh được mà không phụ thuộc vào những người khác. Cũng vậy, nếu không có những người khác thì bạn sẽ không thể có chút danh tiếng gì cả. Cho dù bạn đã có được một số phẩm chất có thể mang lại danh thơm tiếng tốt, nhưng nếu không được những người khác biết đến thì bạn cũng không thể trở nên nổi tiếng.

Nếu bạn nghĩ kỹ thì ngay cả kẻ thù của bạn, người mà bạn thường xem là đối nghịch và hoàn toàn ghét bỏ, cũng cho bạn cơ hội phát triển các đức tính như sự nhẫn nhục, can đảm và sức mạnh. Liên quan đến ý nghĩa này, trong chương nói về hạnh nhẫn nhục,[1] ngài Tịch Thiên đã dạy cách khởi tâm nhẫn nhục đối với kẻ thù và trân quý họ.

---

[1]Tức chương 6, nói về hạnh nhẫn nhục, của tác phẩm Nhập Bồ Tát hạnh (tên Phạn ngữ là Bodhicaryvatra). Xin xem ở các đoạn kệ từ 107 đến 111 là những đoạn nói rất chi tiết về nội dung đang đề cập ở đây. (ND)

Three principal aspects of the path

All the pleasures and facilities that we enjoy in this life, such as wealth, possessions, fame and friendship, are all obtained in dependence on other beings. We cannot think of enjoying anything by our own efforts alone without their help. In this modern age especially, everything we enjoy, food, clothing and everything else, is produced by various manufacturing companies in which other people work. Almost nothing is grown or produced in your own small garden or courtyard.

We eat tinned fruit which is produced by the hands of other human beings. When we travel in an aeroplane we depend on the work and facilities provided by the many people who are involved in running that aeroplane. In our modern society we cannot think of surviving without depending on other human beings. Equally, without other human beings you would have neither reputation nor fame. Even though you may have acquired certain qualities that are the basis of your fame and reputation, if other people do not know about them there is no question of your becoming famous.

If you think carefully, even your enemy, who you usually view as an opponent and completely dislike, gives you the chance to generate many qualities like patience, courage and strength. There is a teaching by Shantideva in his chapter on patience that is pertinent here about how to generate patience with respect to your enemy and to regard him as precious.

Ba điểm tinh yếu trên đường tu tập

Điều này đặc biệt quan trọng đối với một người tu tập theo Phật giáo. Nếu bạn biết cách để đạt được các đức tính này từ kẻ thù thì bạn cũng sẽ có thể dành cho người ấy những tình cảm tốt đẹp.

Nếu bạn có thể khởi sinh một tâm thức tích cực như thế đối với kẻ thù của bạn, vốn thường là một đối tượng bị khinh miệt, thì sẽ không khó để cho bạn mở lòng quan tâm, chăm sóc các chúng sinh mà bạn không yêu không ghét, và tất nhiên là [càng dễ dàng hơn] đối với những bạn bè thân hữu. Để khởi sinh một thái độ tinh thần như vậy, bạn không cần thiết phải nhận diện từng chúng sinh riêng biệt. Ví dụ như, từ những tính chất của một cái cây cụ thể bạn có thể suy ra rằng tất cả các loại cây đều có một số đặc điểm chung nào đó, mà không cần thiết phải biết rõ hết thảy từng cây riêng biệt. Tương tự, bằng việc quán xét trường hợp của chính bản thân mình, bạn có thể kết luận rằng mọi chúng sinh đều giống nhau ở điểm là mong muốn được hạnh phúc và không muốn khổ đau. Làm như thế sẽ giúp bạn dễ dàng phát khởi tâm bi, là động lực khơi dậy ước nguyện loại trừ hết mọi khổ đau cho tất cả chúng sinh. Và nếu bạn có thể thấu hiểu khổ đau của chúng sinh thì bạn sẽ có thể khởi sinh tâm từ, là động lực khơi dậy ước nguyện mang hạnh phúc đến cho tất cả chúng sinh.[1]

Trên nền tảng của hai ước nguyện này - tâm từ và tâm bi - bạn sẽ tự khởi sinh tâm nguyện đặc biệt tự mình gánh

---

[1] Đoạn văn này giảng giải quan điểm của Phật giáo Đại thừa về tâm từ và tâm bi, thường được ghi chép trong nhiều kinh điển Hán tạng là: "Từ năng dữ lạc, bi năng bạt khổ." (Tâm từ thường mang lại niềm vui [cho chúng sinh], tâm bi thường xua tan mọi khổ đau [cho chúng sinh].) Do ý nghĩa đó, mặc dù trong bản Anh ngữ dùng các từ love và compassion nhưng chúng tôi vẫn chuyển dịch là tâm từ và tâm bi để đúng với ý nghĩa được giảng giải ở đây. (ND)

98

Three principal aspects of the path

This is especially important for a Buddhist practitioner. If you are able to see how you can gain these kind of qualities from your enemy, you will also be able to generate kind feelings towards him.

If you are able to generate such a positive mind towards your enemy, who is normally an object of contempt, you will have no trouble in generating a feeling of care and concern towards neutral beings or of course to your friends. In order to generate such a mental attitude, it is not necessary that you recognize all the sentient beings individually. You can for example, infer that all trees have certain common characteristics from the qualities of one particular tree without having to know each and every individual tree. Similarly you can conclude that all living beings are the same in wanting happiness and not wanting suffering, by examining your own situation. By doing so you will easily generate compassion, which is an aspiration thinking how nice it would be if all sentient beings could eliminate suffering. If you are able to generate a clear understanding of the sufferings of sentient beings, you will also be able to generate love, which is to think how nice it would be if all sentient beings met with happiness.

Based on these two aspirations -love and compassion - you will generate the special attitude of taking responsibility for getting rid of these sufferings yourself and this will induce

99

Ba điểm tinh yếu trên đường tu tập

vác trách nhiệm trừ bỏ các khổ đau này và tâm nguyện đó sẽ khơi dậy sự khát khao đạt đến quả vị Vô thượng Bồ-đề vì lợi lạc cho tất cả chúng sinh. Tâm nguyện vị tha mong cầu giác ngộ vì lợi lạc cho tất cả chúng sinh được gọi là tâm Bồ-đề. Phương thức để lượng định sự phát tâm Bồ-đề và quyết tâm cầu giải thoát của bạn đã được giảng giải trong phần trước.

Sự cần thiết phải nhận biết tánh Không

Từ đây trở đi, bài kệ giải thích về tánh Không và trí tuệ nhận biết được tánh Không. Câu kệ đầu tiên giải thích sự cần thiết phải phát khởi trí tuệ nhận biết tánh Không này. Có nhiều loại trí tuệ: trí tuệ hiểu biết các pháp theo cách thông thường như các ngành khoa học chẳng hạn và trí tuệ hiểu biết bản chất chân thật, rốt ráo của các pháp. Nếu bạn không có trí tuệ hiểu biết được dạng thức rốt ráo của thực tại thì cho dù quyết tâm cầu giải thoát hay tâm Bồ-đề của bạn có mạnh mẽ đến đâu đi chăng nữa, bạn cũng không thể nào thay đổi được quan niệm chấp hữu, vốn là nguyên nhân căn bản của luân hồi. Do đó, bạn phải nỗ lực để nhận biết được [nguyên lý] duyên khởi.

Không có trí tuệ nhận biết được dạng thức của sự tồn tại thì cho dù bạn có tự huân tập quyết tâm cầu giải thoát và tâm Bồ-đề nhưng nguyên nhân của luân hồi vẫn không thể bị cắt đứt. Do đó, hãy nỗ lực để nhận biết [nguyên lý] duyên khởi.

Những lý giải thông thường về ý nghĩa của [nguyên lý] duyên khởi, chẳng hạn như sự sinh khởi phụ thuộc giữa nhân và quả, được chấp nhận bởi tất cả các truyền thống Phật giáo. Nhưng câu kệ này chỉ đến [nguyên lý] duyên

100

Three principal aspects of the path

the mind that wishes to attain the highest enlightenment for the sake of all sentient beings. This altruistic aspiration for enlightenment for the sake of all sentient beings is called the mind of enlightenment. The way to measure your generation of the mind of enlightenment and determination to be free was explained earlier.

The Need to Realize Emptiness

From this point on the text explains the nature of emptiness and the wisdom that realizes it. The first verse explains the need to generate this wisdom realizing the nature of emptiness. There are various kinds of wisdom: wisdom understanding conventional phenomena such as the various sciences and wisdom understanding the ultimate, real nature of phenomena. If you do not possess wisdom realizing the ultimate mode of existence, no matter how strong your determination to be free or your aspiration for enlightenment may be, you will not be able to shift the conception of true existence, the root cause of cyclic existence. Therefore, you should make an effort to realize dependent arising.

Without the wisdom realizing the mode of existence, even though you familiarize yourself with the determination to be free and the mind of enlightenment the root of cyclic existence cannot be cut. Therefore make an effort to realize dependent arising.

Common explanations of the meaning of dependent arising such as the dependent arising of cause and effect are accepted by all Buddhist traditions. But this verse refers to

101

Ba điểm tinh yếu trên đường tu tập

khởi vi tế; [dạy rằng] một sự vật nào đó xuất hiện trong sự phụ thuộc vào các phần của nó.

Nói cách khác, có những mối quan hệ duyên khởi mà trong đó những hệ quả cụ thể hay các pháp khởi sinh trong sự phụ thuộc hoàn toàn vào chỉ một nguyên nhân và điều kiện cụ thể. (1) Một ý nghĩa khác của duyên khởi là sự tồn tại của các sự vật trong mối liên hệ [tương quan] lẫn nhau. Ví dụ như khi ta nói về một bộ phận của toàn bộ thân thể, ta gọi nó là một bộ phận của tổng thể. Tương tự, một tổng thể chỉ là tổng thể trong mối liên hệ với các bộ phận của nó. Từ quan điểm này, bộ phận và tổng thể là tương quan và phụ thuộc lẫn nhau. Cũng vậy, các tính chất như dài và ngắn có ý nghĩa tương quan bởi vì chúng ta dùng những từ ngữ này để mô tả các đối tượng trong mối quan hệ với những đối tượng khác. (2)

Ở một cấp độ khác, các pháp cũng được gọi là duyên khởi bởi vì chúng khởi sinh phụ thuộc vào cơ sở của sự định danh và chúng phụ thuộc vào tâm thức định danh chúng. (3)

Ý nghĩa (1) của [nguyên lý] duyên khởi chỉ áp dụng với các pháp hữu vi, trong khi hai ý nghĩa (2) và (3) áp dụng với tất cả các pháp, pháp vô thường hữu vi cũng như pháp thường hằng vô vi.

[Nguyên lý] duyên khởi được đề cập trong dòng kệ này là loại vi tế nhất, theo đó, nó được giải thích trong ý nghĩa của sự tồn tại chỉ hoàn toàn do tên gọi và sự định danh bởi tư tưởng. Nói cách khác, khi chúng ta nói rằng các pháp hiện hữu thông qua công năng của các danh xưng cũng như sự định danh và trong sự phụ thuộc vào sự định danh, thì chúng ta đang giải thích [nguyên lý] duyên khởi khi

102

Three principal aspects of the path

subtle dependent arising; something's coming into existence in dependence on its parts.

In other words there are conditioned relations in which particular effects or phenomena arise merely in dependence on a particular cause and condition. Another meaning of dependent arising is the existence of things relative to others. For example, when we talk about the part of a whole body, we call it a part in relation to the whole, similarly the whole is only a whole in relation to its parts. From this point of view the part and whole are related to and dependent on each other. Likewise, qualities like long and short have a relative sense, because we use these terms to describe objects in relation to other objects.

At another level phenomena are also called dependent arisings because they arise in dependence on their basis of designation and they are dependent on the mind that designates them.

The first meaning of dependent arising applies only to conditioned phenomena, whereas the last two meanings apply to all phenomena, conditioned impermanent phenomena and unconditioned permanent phenomena.

The dependent arising referred to in this line is the subtlest one, in which it is explained in terms of existing merely by name and designation by thought. In other words when we say that phenomena exist through the power of terms and designations and in dependence on designations, we are explaining dependent arising as it appears, as mere existence

Ba điểm tinh yếu trên đường tu tập

nó trình hiện, như là sự tồn tại đơn thuần do công năng của tên gọi. Từ quan điểm rốt ráo, đó chỉ là sự không tồn tại trên cơ sở tự tính. Điều này có nghĩa là, vì một pháp không thể tự nó sinh khởi nên nó không tồn tại trên cơ sở tự tính và luôn phải phụ thuộc vào các điều kiện khác. Ở đây, các duyên khác là chỉ đến sự định danh và tư tưởng định danh. Các pháp tồn tại chỉ hoàn toàn do công năng của sự định danh đó và như vậy chúng không có khả năng tự tồn. Ngược lại, vì không hề có sự tự tồn nên các pháp chỉ tồn tại thông qua công năng của sự định danh.

Đó là những giảng giải về tánh Không vi tế. Khi chúng ta nói về ý nghĩa của tánh Không, chính là nói về một cái gì đó không có đối tượng của sự phủ định. Các pháp không có sự tồn tại độc lập, không có sự tồn tại trên cơ sở tự tính và không tồn tại tách biệt. Ba điều này: sự tồn tại độc lập, sự tồn tại trên cơ sở tự tính, và sự tồn tại tách biệt, là các đối tượng của sự phủ định. Như vậy, tính Không có nghĩa là không có các đối tượng của sự phủ định này. Sở dĩ nói như vậy là vì các pháp luôn phụ thuộc vào cái khác: chúng phụ thuộc vào tên gọi và tư tưởng định danh cho chúng.

Khi chúng ta giải thích rằng các pháp phụ thuộc vào các phần của chúng, vào tên gọi và sự định danh, chúng ta cũng nói rằng các pháp không tồn tại trên cơ sở tự tính, bởi vì phụ thuộc và không phụ thuộc là hai từ trái nghĩa. Các pháp hoặc là phụ thuộc, hoặc là không phụ thuộc, không thể là cả hai. Bởi vì các từ này loại trừ lẫn nhau, một pháp chỉ có thể là phụ thuộc hoặc không phụ thuộc, chứ không thể là điều gì đó ở giữa [hai tính chất này]. Lấy ví dụ, *người* và *ngựa* có nghĩa khác nhau nhưng không hoàn toàn trái ngược, bởi vì còn có một loài thứ ba, như chó chẳng hạn,

104

Three principal aspects of the path

due to the power of name. From the ultimate point of view that is mere emptiness of inherent existence. This means that since a phenomenon cannot come into being from its own side, it lacks inherent existence and is dependent on other conditions. Here other conditions refer to designation and the designating thought. The phenomenon exists merely by the power of that designation and as such it is empty of self-sufficient existence. Conversely, since it is empty of self-sufficient existence it exists through the power of designation.

So these are explanations of subtle emptiness. When we talk about the meaning of emptiness, we are talking about something being empty of its object of negation. Phenomena are empty of independent existence, inherent existence, and existence from their own side. These three: independent existence, inherent existence, existence from its own side are the objects of negation. Emptiness thus means being empty of these objects of negation. This is said because phenomena are dependent on something else; they are dependent on the name and the thought by which they are designated.

When we explain that they are dependent on their parts, name and designation, we are also stating that they do not have inherent existence, because dependence and independence are opposite terms. Phenomena are either dependent or independent, they cannot be both. Since these terms are mutually exclusive, a phenomenon can only be one or the other, it cannot be something in between. For example, human being and horse are opposites but not direct opposites, because there can be a third category, such as

105

Ba điểm tinh yếu trên đường tu tập

không phải ngựa mà cũng không phải người. Nhưng *người* và *không phải người* là có nghĩa hoàn toàn trái ngược nhau và nếu chúng ta nói rằng chỉ có hai loại hiện tượng, hoặc là người hoặc không phải người, thì không thể có một loài thứ ba. Như vậy, sự tồn tại không có tự tính được xác lập thông qua suy luận duyên khởi.

Thuật ngữ tánh Không khi được sử dụng có một số điểm tương đồng với ý niệm thông thường của chúng ta về sự thiếu vắng một điều gì hay sự trống không. Nếu bạn nghĩ rằng tánh Không chỉ là sự thiếu vắng bất cứ điều gì thì sự hiểu biết đó không trọn vẹn. Chúng ta phải hiểu tánh Không như sự thiếu vắng của sự tồn tại trên cơ sở tự tính. Bởi vì không có sự tồn tại trên cơ sở tự tính nên các pháp không có sự tồn tại độc lập, dù vậy chúng vẫn tồn tại.

Sự hiểu biết về tánh Không như thế này có thể đạt được thông qua sự thấu hiểu ý nghĩa của duyên khởi, bởi vì [nguyên lý] duyên khởi có nghĩa là các pháp luôn phụ thuộc vào cái khác. Chúng không tồn tại độc lập mà cũng không tồn tại tách biệt. [Nhưng] nếu các pháp tồn tại phụ thuộc vào thứ khác thì điều này chỉ rõ rằng chúng quả thật có tồn tại.

Đôi khi tánh Không được giải thích như là ý nghĩa của Trung đạo, nghĩa là sự trung dung đã loại trừ cả hai cực đoan. Cực đoan thứ nhất là cho rằng nếu các pháp không tồn tại trên cơ sở tự tính thì [có nghĩa là] chúng chẳng hề tồn tại - hay cực đoan chấp không. Cực đoan thứ hai là cho rằng nếu các pháp có tồn tại thì [có nghĩa là] chúng phải tồn tại trên cơ sở tự tính - hay cực đoan chấp thường (chấp hữu). Nếu chúng ta hiểu rõ về tánh Không thì một mặt chúng ta sẽ hiểu rằng vì các pháp tồn tại phụ thuộc vào tư tưởng và tên gọi v.v... nên chúng có sự tồn tại qua tên

106

Three principal aspects of the path

a dog, which is neither horse nor human being. But human being and non-human being are direct opposites and if we say that there are only two categories of phenomena, those that are either human being or nonhuman being, there cannot be a third category. So through the reasoning of dependent arising, lack of inherent existence can be established.

When we use the term emptiness, it has some similarity to our usual idea of absence of something or voidness. But if you think that emptiness is the mere absence of anything, then your understanding is incomplete. We should understand emptiness as absence of inherent existence. Because they lack inherent existence, phenomena do not have an independent existence, yet they are existent.

This understanding of emptiness can be gained through understanding the meaning of dependent arising, because dependent arising means that phenomena are dependent on something else. They do not exist independently nor do they exist from their own side. If phenomena exist in dependence on something else, this clearly shows that they do exist.

Sometimes emptiness is explained as the meaning of the middle way, which means the centre that has eliminated the two extremes. One extreme is to think that if phenomena do not exist inherently, they do not exist at all - the extreme of nihilism. The other is to think that if phenomena exist, they must exist inherently - the extreme of eternalism. If we have a good understanding of emptiness, on the one hand we will understand that, since phenomena exist in dependence on thought and name and so on, they have nominal existence that is they do exist. This avoids the extreme of nihilism. On

107

gọi, nghĩa là chúng *quả thật có tồn tại*. Điều này [giúp ta] tránh được cực đoan chấp không. Mặt khác, nếu bạn nghĩ về việc các pháp tồn tại phụ thuộc vào tư tưởng và tên gọi như thế nào thì rõ ràng là chúng *không hề có sự tồn tại độc lập*. Điều này [giúp ta] tránh được cực đoan chấp thường. Nếu một pháp là điều gì đó không hề tồn tại thì việc nói rằng nó [tồn tại] phụ thuộc vào thứ khác hẳn là hoàn toàn vô nghĩa. Đoạn kệ sau đây sẽ làm sáng tỏ điểm này.

> *Kẻ thấy được lý nhân quả không sai chạy,*
> *Của mọi pháp trong luân hồi và vượt ngoài,*
> *Và phá hủy mọi nhận thức [sai lầm] (về sự tồn tại*
> *   trên cơ sở tự tính)*
> *[Như thế là] đã bước vào con đường tu tập làm đức*
> *   Phật hoan hỷ.*

Điều này có nghĩa là nếu bạn có thể khẳng định rõ ràng tính đúng đắn **tuyệt đối** của [nguyên lý] duyên khởi đến mức có thể xác quyết về **nguyên lý** ấy, và nếu bạn có thể phá vỡ nhận thức [sai lầm] rằng **sự vật** tồn tại trên cơ sở tự tính mà không đi ngược với sự trình bày [nguyên lý] duyên khởi, thì [đó là] bạn đã bước vào con đường tu tập làm đức Phật hoan hỉ.

Hai câu kệ đầu tiên giải thích rõ ràng rằng **những ai** thấy **được mối** quan hệ nhân quả là đúng đắn tuyệt đối, cả bên trong và **vượt** ngoài luân hồi, có thể thừa nhận sự tồn tại và vận hành thực sự của luật nhân quả thay vì phủ nhận nó, thì [người ấy] có thể **phá** trừ [quan niệm] cực đoan chấp không.

Hai câu kệ tiếp theo giải thích rằng, thông qua việc thấu hiểu sự vận hành của luật nhân quả bạn sẽ hiểu rằng, tuy

Three principal aspects of the path

the other hand, when you think about how phenomena exist in dependence on thought and name, it is clear that they do not have an independent existence. This avoids the extreme of eternalism. If it were something that did not exist at all, then to say that it depended on something else would not make any sense. The next verse clarifies this point.

One who sees the infallible cause and effect

Of all phenomena in cyclic existence and beyond

And destroys all perceptions (of inherent existence)

Has entered the path which pleases the Buddha

This means that if you are able clearly to assert the infallibility of dependent arising, such that you are able to generate an ascertainment of it, and if, without harming the presentation of dependent arising, you are able to destroy the perception that things exist inherently, then you have entered the path that pleases the Buddha.

The first two lines clearly explain that one who sees cause and effect, within and beyond cyclic existence, as infallible, who can posit the existence and actual function of cause and effect, rather than their nonexistence, is able to eliminate the extreme of nihilism.

The next two lines explain that through understanding the function of cause and effect, you will understand that although things exist, they do not exist independently or inherently,

109

Ba điểm tinh yếu trên đường tu tập

các pháp tồn tại nhưng chúng không tồn tại một cách độc lập hay dựa trên cơ sở tự tính, và bạn sẽ có thể phá vỡ nhận thức [sai lầm] rằng sự vật tồn tại trên cơ sở tự tính.

Như vậy, các dòng kệ này giải thích rằng, tuy nhân quả vận hành nhưng chúng không vận hành trên cơ sở tự tính. Thật ra thì sự tồn tại trên cơ sở tự tính là đối tượng của sự phủ định và chính là điều cần phải phá trừ bằng chánh kiến. Điều này loại trừ [quan niệm] cực đoan chấp thường.

Nói chung, toàn bộ giáo pháp của đức Phật có thể được tóm lược trong bốn phát biểu sau: Các pháp hữu vi đều là vô thường, các pháp ô nhiễm đều là đau khổ, tất cả các pháp đều là không, vô ngã và Niết-bàn là an lạc. Từ bốn phát biểu này thì rõ ràng là hầu hết giáo lý của các trường phái trong đạo Phật đều thừa nhận cách giải thích về vô ngã, trừ một số chi phái như Độc tử bộ[1] chẳng hạn.

[Quan niệm] vô ngã được chấp nhận bởi cả bốn trường phái Phật giáo khác nhau [được hiểu như] là sự phủ nhận một cá thể tự tồn tại hay không phụ thuộc gì bên ngoài nó. Sự phủ nhận một cá thể chân thật tự tồn tại [như thế] có nghĩa là không có cá thể nào hoàn toàn độc lập với các uẩn tâm thần và thể chất. Nếu bạn xem năm uẩn như đối tượng bị chế ngự và cá nhân [mang năm uẩn đó] như là chủ thể chế ngự, và nếu bạn xem chủ thể chế ngự này - tức là cá nhân [mang năm uẩn đó] - như là hoàn toàn độc lập với các uẩn, thì đó là bạn đang duy trì quan niệm về một cá thể chắc thật có khả năng tự tồn tại.

---

[1] Độc tử bộ (犢子部; Sanskrit: *Vātsī-putrīyāḥ*; Pali: Vajji-puttaka), cũng gọi là Khả trụ tử bộ, chủ trương thuyết hữu ngã, trái nghịch với giáo lý vô ngã do Phật dạy nên bị nhiều luận sư công kích, xem như ngoại đạo. Độc tử bộ cho rằng có một bản ngã (Phạn ngữ: pudgala, dịch âm: bổ-đặc-già-la) trong mỗi chúng sinh và bản ngã ấy không phải ngũ uẩn nhưng cũng không tách rời ngũ uẩn (phi tức phi ly). (ND)

110

Three principal aspects of the path

you will be able to destroy the conception that things exist inherently.

So, these lines explain that although cause and effect function, they do not function in an inherent way. In fact inherent existence is the object of negation and it is what should be destroyed by true perception. This eliminates the extreme of permanence.

In general, the whole of Buddhist teaching can be subsumed under four statements: all conditioned phenomena are impermanent, all contaminated things are suffering, all phenomena are empty and do not have self-existence, and nirvana is peace. From these four, it is clear that most schools of Buddhist tenets, with the exception of certain sub-schools such as the Vatsiputriyas, accept the explanation of selflessness.

The selflessness that is accepted by all the four different schools of Buddhist tenets is the lack of a self-supporting or self sufficient person. The meaning of lack of substantial, self supporting person is that there is no person who is completely independent of the mental and physical aggregates. If you view the mental and physical aggregates as the subject to be controlled and the person as the controller, and if you view this controller, a person, as something completely independent of those aggregates, you are maintaining a view of the existence of a substantial self-supporting person.

111

Ba điểm tinh yếu trên đường tu tập

Giáo lý của cả bốn trường phái trong Phật giáo đều thừa nhận rằng không hề có một cá thể độc lập với năm uẩn như thế. Tri kiến này làm yếu đi sự khao khát mạnh mẽ của chúng ta về sự chắc thật của một cá thể - chủ thể tận hưởng hạnh phúc và chịu đựng khổ đau, nhưng dường như tri kiến này không được hữu hiệu lắm trong việc làm suy yếu sự tham luyến, sân hận v.v... vốn khởi sinh qua việc quan sát các đối tượng khác của sự ưa thích. Nói chung, những tham luyến, sân hận... nào khởi sinh liên quan đến chính mình thì mạnh mẽ hơn. Vì vậy, chúng ta luôn nghĩ đến đối tượng ưa thích của tôi, người thân của tôi, tràng hạt của tôi...

Nếu đối tượng được ưa thích không thuộc về mình thì có lẽ bạn không có một cảm giác rất mạnh về một cá thể độc lập có khả năng tự tồn tại, nhưng nếu bạn là chủ sở hữu một vật gì thì cảm giác [liên quan đến vật] đó sẽ mạnh hơn. Điều này sẽ được thấy rõ nếu bạn so sánh hai thái độ trước và sau khi mua một món đồ, như một cái đồng hồ chẳng hạn. Trước hết bạn mua nó, kế đến bạn bắt đầu nghĩ "Đây là đồng hồ của tôi"... [Tương tự, bạn có những ý nghĩ như] "Kia là quần áo của tôi", vân vân. Như vậy, do cảm giác về "cái của tôi", cảm giác sở hữu vật ấy, bạn đã khởi lên một ý niệm rất mạnh mẽ về một cá thể là chủ sở hữu. Một cá thể như thế được gọi là "cá thể chắc thật có khả năng tự tồn tại". Nếu bạn nói về sự không tồn tại của một cá thể tự tồn chắc thật với những người có ý niệm rất mạnh mẽ về sự tồn tại của một cá thể như thế thì sẽ giúp họ giảm bớt sự tham luyến vào những gì họ sở hữu.

Ngoài sự giải thích như trên về tính vô ngã của các cá nhân, khi nghiên cứu giáo lý của các trường phái cao nhất

112

Three principal aspects of the path

All four schools of Buddhist tenets accept that there is no such person independent of his physical and mental aggregates. This understanding weakens our strong yearning for the person, the enjoyer of happiness and suffering, to be something solid, but it seems that it is not very effective in weakening the attachment, anger and so on, that is generated by observing other objects of enjoyment. In general, attachment, hatred and so on, which are generated in relation to ourselves are stronger, so we think of my object of enjoyment, my relative, and my rosary.

If the object of enjoyment does not belong to you, then you may not have a very strong sense of an independent self-supporting person, but if you possess something, then that feeling is stronger. This is clear if you compare the two attitudes before and after buying something, let us say a watch. First you buy it, then you start thinking, 'this is my watch' and 'these are my clothes' and so forth. So because of that feeling of 'mine', the feeling of possessing that thing, you generate a very strong sense of the person to whom it belongs. Such a person is called substantially self-sufficient person. If you talk about nonexistence of such a substantial self-sufficient person to people who have a strong sense of the existence of such a person, it will help reduce their attachment to their possessions.

In addition to this explanation of the selflessness of persons, when we study the highest schools of tenets, that is the Mind

113

Ba điểm tinh yếu trên đường tu tập

là Duy thức và Trung quán, chúng ta còn thấy có những giảng giải tinh tế hơn về tính vô ngã, không chỉ của các cá nhân mà còn là [tính vô ngã] của các pháp nữa. Giáo lý Duy thức dạy rằng, khi chúng ta tiếp cận với các đối tượng khác nhau của sự ưa thích, chẳng hạn như hình sắc và âm thanh, những đối tượng này trình hiện trước chúng ta là do sự bừng dậy của các chủng tử trong tâm thức ta. Do đó, theo giảng giải của trường phái Duy thức thì tất cả các pháp khác nhau trình hiện trước chúng ta và được ta trải nghiệm, tận hưởng, đó hoàn toàn chỉ là do sự bừng dậy của các chủng tử đã được để lại trong tâm thức ta. Nói cách khác, tất cả các pháp đều thuộc về bản chất của tâm thức và không hề có bất kỳ sự tồn tại nào bên ngoài [tâm thức].

Đó là một cách giải thích về ý nghĩa của tánh Không và là phương tiện để giảm bớt sự tham luyến vào các đối tượng của sự ưa thích. Nhưng theo sự giải thích của trường phái Trung quán thì chẳng có một pháp nào - cho dù đó là cá nhân, chủ thể ưa thích hay đối tượng của sự ưa thích - tồn tại trên cơ sở tự tính một cách tách biệt, bởi vì chúng chỉ hoàn toàn được định danh bởi tư tưởng. Tư tưởng định danh và sau đó các pháp mới hiện hữu. Các pháp không hề có sự tồn tại tách biệt ngoài việc được định danh bởi những khái niệm và tư tưởng của tâm thức. Theo sự giải thích này thì các pháp đều có đặc tính và bản chất riêng, nhưng tất cả những đặc tính này của các pháp cụ thể luôn tồn tại phụ thuộc vào các pháp khác, chúng không hề có một phương thức tồn tại đặc thù tách biệt nào cả.

Trong trường phái Trung quán cũng có hai cách diễn giải về ý nghĩa của tánh Không. Theo chi phái Trung quán Y tự khởi thì tất cả các pháp có tồn tại, nhưng sự tồn tại

114

Three principal aspects of the path

Only and Middle Way schools, we find subtler explanations of the selflessness not only of persons, but also of phenomena. With respect to the Mind Only school's explanation, when we relate to different objects of enjoyment, such as form, and sound, they appear to us due to the awakening of imprints on our conciousnesses. So, according to the Mind Only explanation, all the various phenomena appear to us and we experience and enjoy them merely due to the awakening of the imprint left on the mind. In other words, all phenomena are of the nature of the mind and do not have any external existence.

This is one explanation of the meaning of emptiness and is a means to reduce attachment towards objects of enjoyment. But the Middle Way explanation is that no phenomena, whether the person, the enjoyer, or the object of enjoyment, exist inherently from their own side, because they are merely designated by thought. Thought designates the name and then the phenomenon comes into being. Phenomena do not have an existence from their own side, other than being designated by the terms and thoughts of the mind. According to this explanation all phenomena have their own character and their own nature, but all these characteristics of specific phenomena exist in dependence on something else, they do not have a specific mode of existence from their own side.

Within the Middle School there are two interpretations of the meaning of emptiness. According to the Middle Way Autonomy School all phenomena exist, but their existence comes about as a product of two conditions. On the one

Ba điểm tinh yếu trên đường tu tập

của chúng được hình thành từ hai điều kiện. Một mặt, tâm thức hiện hành phải gán đặt tên gọi và khái niệm cho một hiện tượng cụ thể và đồng thời hiện tượng đó cũng phải tồn tại tách biệt. Khi hai điều kiện này được đáp ứng thì hiện tượng đó tồn tại. Không một pháp nào [có thể] tồn tại tách biệt mà không có sự định danh bởi tâm thức.

Bộ phái Trung quán Quy mậu biện chứng đưa ra cách lý giải tinh tế nhất khi cho rằng mặc dù có những pháp như hình sắc, âm thanh, núi non, nhà cửa v.v... mà chúng ta có thể hướng đến, nhưng chúng không tồn tại theo cách nhận thức thông thường của ta. Thông thường, các pháp trình hiện đối với tâm thức ta như thể là chúng tồn tại tách biệt, nhưng những người theo bộ phái Quy mậu biện chứng cho rằng các pháp không hề tồn tại tách biệt. Chúng chỉ có sự tồn tại ước lệ và qua tên gọi. Do đó, nếu các pháp tồn tại theo cách mà chúng trình hiện đối với chúng ta thì khi chúng ta cố gắng phân tích, khảo sát và tìm kiếm đối tượng của sự định danh, lẽ ra chúng phải trở nên càng lúc càng hiện rõ hơn. Nhưng thực tế không phải vậy. Khi chúng ta cố gắng phân tích và khảo sát bản chất của các pháp mà ta đã nhận biết, ta không thể tìm thấy gì mà chúng lại biến mất. Điều này cho thấy các pháp không hề có bất kỳ sự tồn tại nào trên cơ sở tự tính và cũng không hề tồn tại tách biệt.

Theo phái Y tự khởi, phương thức để chứng minh rằng các pháp có tồn tại chính là sự tồn tại tách biệt [của chúng]. Nhưng phái Quy mậu biện chứng cho rằng các pháp không hề tồn tại tách biệt, bởi vì chúng chỉ hoàn toàn được định danh bởi tâm thức. Đối với những người theo phái Quy mậu biện chứng, sự tồn tại tách biệt của một pháp là đối

116

Three principal aspects of the path

hand a valid mind should designate the name and the term to that particular phenomenon, and at the same time the phenomenon should also exist from its own side. When these two conditions are met the phenomenon comes into existence. Other than being designated by the mind, there is no phenomena which come forth from their own side.

The subtlest explanation is found in the Middle Way Consequentialist school, which says that although there are things like form, sound, mountain, house and so forth that we can point to, they do not exist in the way we ordinarily perceive them. Usually phenomena appear to our conciousness as if they existed from their own side, but the Consequentialists say phenomena do not exist from their own side at all. They have only a conventional and a nominal existence. Therefore if phenomena existed in the way they appear to us, when we try to analyze, examine and find the object of designation, it should become clearer and clearer. But this is not so. When we try to analyse and examine the nature of phenomena we have perceived, we are unable to find them, instead they disappear. This shows that phenomena do not have any inherent existence and do not exist from their own side.

According to the Autonomy School the measure by which to prove that things exist is existence from their own side. But the Consequentialists say things do not exist from their own side at all, because they are merely designated by the mind. For them a phenomenon's existence from its own side is the

117

Ba điểm tinh yếu trên đường tu tập

tượng của sự phủ định và ý nghĩa của tánh Không chính là không có sự tồn tại trên cơ sở tự tính hay tồn tại tách biệt.

Nếu bạn có thể nhận thức được bản chất chân thật của các pháp bằng cách hiểu rằng chúng không tồn tại trên cơ sở tự tính mà phụ thuộc vào các nhân duyên, chẳng hạn như sự định danh bởi tên gọi và tư tưởng, thì đó là bạn đã bước vào con đường tu tập làm đức Phật hoan hỷ. Thông thường, khi một đối tượng, âm thanh hay hình sắc, trình hiện với chúng ta, nó trình hiện như thể là có sự tồn tại độc lập hay chắc thật, không phụ thuộc vào các nhân duyên, tên gọi, tư tưởng v.v... Nhưng đó không phải là phương thức chân thật của sự tồn tại. Do đó, nếu bạn hiểu được rằng các pháp tồn tại trong sự phụ thuộc vào các nhân duyên, tên gọi, tư tưởng v.v... và do đó loại bỏ được quan niệm sai lầm rằng các pháp tồn tại độc lập, thì [đó là] bạn đã hiểu được chánh đạo.

Mặt khác, [đôi khi] bạn có thể suy ngẫm về cách thức các pháp trình hiện và tính đúng đắn tuyệt đối của lý duyên khởi nhưng lại không thể khởi lên nhận thức rằng các pháp không có sự tồn tại trên cơ sở tự tính; hoặc có khi bạn suy ngẫm về tánh Không của các pháp hay sự không tồn tại trên cơ sở tự tính nhưng lại có thể không thừa nhận tính đúng đắn tuyệt đối của lý duyên khởi. Khi bạn phải hoán đổi giữa hai cách hiểu này và không thể đồng thời suy ngẫm về chúng thì bạn vẫn chưa nhận hiểu được tư tưởng của đức Phật, như các câu kệ sau đây đề cập.

Mọi hình tướng là duyên khởi không thể sai lệch;
Tánh Không là thoát khỏi các định kiến.
Khi hai nhận thức này còn bị xem là tách biệt,
Thì người ta vẫn chưa nhận hiểu được lời Phật dạy.

118

Three principal aspects of the path

object of negation and the lack of such inherent existence or existence from its own side is the meaning of emptiness.

If you are able to perceive the real nature of phenomena by realizing that they do not exist inherently but in dependence on causes and conditions, such as designation by name and thought, you will have entered the path pleasing the Buddha. Usually when an object, form or sound, appears to us, it appears as if it has an independent or solid existence not dependent on causes, conditions, names, thoughts and so forth. But that is not real mode of existence. Therefore if you understand that they exist in dependence on these things and you thereby eliminate the misunderstanding that phenomena exist independently, you have understood the right path.

On the other hand, you might think about how all phenomena appear and the infallibility of their dependent arising, but be unable to generate the realisation that they are empty of inherent existence, or when you think about the emptiness of phenomena or their lack of inherent existence, you might be unable to accept the infallibility of their dependent arising. When you have to alternate these two understandings and are unable to think of them simultaneously, you have not yet realised the thought of the Buddha. As the following verse says:

Appearances are infallible dependent arisings;

Emptiness is free of assertions.

As long as these two understandings are seen as

separate,

One has not yet realized the intent of the Buddha.

119

Ba điểm tinh yếu trên đường tu tập

Mặc dù các pháp không có sự tồn tại trên cơ sở tự tính nhưng chúng có sự tồn tại qua tên gọi. Khi chúng ta nhìn thấy hình chiếu của khuôn mặt ta trong gương, hình chiếu không phải chính là khuôn mặt. Nói cách khác, hình chiếu đó không hề có khuôn mặt thực, vì nó chỉ là một sự phản chiếu và hoàn toàn không phải là khuôn mặt thực. Tuy rằng hình chiếu của khuôn mặt không phải là khuôn mặt, nhưng do hội đủ các nhân duyên, hình chiếu của khuôn mặt xuất hiện. Hình chiếu hoàn toàn không có sự hiện hữu của khuôn mặt thực [trong nó], nhưng dù vậy nó vẫn hiện hữu rõ rệt ở đó. Nó được tạo ra bởi các nhân duyên và sẽ tan biến cũng do các nhân duyên. Tương tự, các pháp có một sự tồn tại qua tên gọi cho dù chúng không có sự tồn tại độc lập với các nhân duyên.

Nếu bạn quán xét bản thân hay bất kỳ các pháp nào khác thật kỹ theo cách này thì bạn sẽ thấy rằng, mặc dù tất cả các pháp có vẻ như tồn tại trên cơ sở tự tính, nhưng chẳng có pháp nào tồn tại tách biệt hoặc giống như đang trình hiện trước chúng ta. Tuy nhiên, chúng quả thật có sự tồn tại qua tên gọi, vốn tạo ra các hệ quả, [sự tồn tại ấy] có công năng và các vận động [phụ thuộc nhân duyên] của nó là không thể sai lệch.

> *Khi hai nhận thức [nói trên] đồng thời đạt được và*
>   *không phải hoán đổi cho nhau,*
> *Sự xác quyết khởi sinh từ tuệ giác đơn thuần về*
>   *[nguyên lý] duyên khởi không thể sai lệch,*
> *Sẽ phá hủy hoàn toàn mọi hình thức của sự tham*
>   *luyến.*

Three principal aspects of the path

Although phenomena do not have inherent existence, they have nominal existence. When we see the reflection of our own face in the mirror, the reflection is not the face itself. In other words, the reflection is empty of the real face, because it is only a reflection and not the real face at all. Even though the reflection of the face is not the face, because of the assembly of causes and conditions, the reflection of the face arises. The reflection is completely empty of being the real face and yet it is very much there. It was produced by causes and conditions and it will disintegrate due to causes and conditions. Similarly, phenomena have a nominal existence, although they have no existence independent of causes and conditions.

If you examine yourself or any other phenomena carefully in this way, you will find that although all phenomena appear to exist inherently, no phenomena exist from their own side or as they appear to us. However, they do have nominal existence which produces results, is functional and its activities are infallible.

> At the time when these two realizations are simultane-
> ous and don't have to alternate,
> From the mere sight of infallible dependent arising
> comes ascertainment
> Which completely destroys all modes of grasping.

121

Ba điểm tinh yếu trên đường tu tập

Vào lúc đó, sự biện giải tri kiến thâm sâu được hoàn mãn.

Nếu bạn huân tập tâm thức mình với giáo pháp này thì đến một lúc bạn sẽ không phải hoán đổi hai sự nhận biết này nữa: sự nhận biết về ý nghĩa duyên khởi và sự nhận biết là không có sự tồn tại trên cơ sở tự tính. Khi ấy bạn sẽ hiểu được ý nghĩa không có sự tồn tại trên cơ sở tự tính, chỉ hoàn toàn nhờ vào sự hiểu biết ý nghĩa của duyên khởi mà không cần phải dựa vào bất kỳ sự luận giải nào khác. Chỉ đơn thuần bằng cách thấy được [nguyên lý] duyên khởi là không thể sai lệch, bạn sẽ có thể phá vỡ hoàn toàn quan niệm sai lầm rằng các pháp thật có tồn tại không dựa vào các các điều kiện khác. Khi bạn có thể nhận hiểu được rằng [nguyên lý] duyên khởi hay sự không tồn tại trên cơ sở tự tính [của các pháp] đều có ý nghĩa như nhau thì đó là bạn đã đạt được một sự hiểu biết trọn vẹn về thực tính của các pháp.

⊞

Bây giờ, chúng ta sẽ hoàn tất phần còn lại của luận văn *"Ba điểm tinh yếu trên đường tu tập"*.

Khi chúng ta suy ngẫm về sự không tồn tại trên cơ sở tự tính của các pháp, chúng ta nên khởi đầu sự quán sát từ chính bản thân mình và cố gắng tìm hiểu xem liệu "cái tôi" hay cá nhân này có tồn tại trên cơ sở tự tính hay không? Hãy tìm hiểu xem cá nhân này là ai và chia chẻ toàn bộ hợp thể thân tâm này ra bằng cách đặt câu hỏi: "Liệu bộ não của tôi có phải là cái tôi, hay bàn tay tôi là cái tôi? Hay các bộ phận khác của cơ thể tôi là cái tôi?" Khi phân tích

122

Three principal aspects of the path

At that time, the analysis of the profound view is complete.

If you familiarize your mind with this, a time will come when you do not have to alternate the two understandings: the understanding of the meaning of dependent arising and that of emptiness of inherent existence. Then you will understand the meaning of emptiness of inherent existence, by merely understanding the meaning of dependent arising without relying on any other reason. Merely by seeing that dependent arising is infallible, you will be able to destroy completely the misconception of the true existence of phenomena without relying on other conditions. When you are able to generate an understanding of dependent arising or emptiness of inherent existence as meaning the same, you have gained a complete understanding of the view of the real nature of phenomena.

⊕

Now, we will complete the rest of the text of The Three Principal Aspects of the Path.

When we think about phenomena's lack of inherent existence, we should start our investigation with our own person and try to find out whether this 'I' or person has inherent existence or not. Find out who the person is and separate out the whole physical and conciousness aggregate by asking whether my brain is me, or my hand is me, or whether the other parts of the body are me. When analyzed in this way,

123

Ba điểm tinh yếu trên đường tu tập

như vậy, [bạn sẽ thấy là] cái tôi không thể tìm ra được. Bạn không thể đồng nhất cái tôi với bất kỳ yếu tố nào trong số này: toàn bộ cơ thể, các phần của cơ thể, tâm thức và các cấp độ khác nhau của tâm thức.

Khi bạn suy ngẫm về chính thân thể bằng xương thịt này và cố tìm hiểu xem nó là cái gì, liệu có phải là bàn tay, hay bộ phận này, bộ phận khác... thì [kết quả là] không thể tìm thấy. Tương tự, nếu bạn phân tích chia chẻ một cái bàn cụ thể để tìm hiểu xem nó là gì, liệu [cái bàn] có phải là màu sắc, là hình thù, hay là những cây gỗ làm ra nó... thì bạn sẽ không thể chỉ ra bất kỳ tính chất cá biệt nào của cái bàn [có thể được xem] như là "cái bàn" được.

Khi bạn không thể tìm thấy các sự vật qua cách phân tích như trên, điều đó không có nghĩa là sự vật không tồn tại. Như thế hẳn là trái ngược với lý giải và kinh nghiệm tự thân của chính bạn. Tính chất không thể tìm thấy của các pháp [ngay cả] với một sự xem xét kỹ lưỡng chứng tỏ rằng các pháp không có bất kỳ sự tồn tại khách quan tách biệt nào và rằng các pháp quả thật có tồn tại khi được thừa nhận hay định danh bởi tâm thức. Các pháp không được thiết lập bởi bất kỳ phương thức nào khác. Bởi vì các pháp không có bất kỳ sự tồn tại khách quan nào độc lập với tư tưởng, nên sự tồn tại của chúng phụ thuộc vào năng lực của đối tượng, tức là sự định danh. Do đó, các pháp có một sự tồn tại ước lệ hay qua tên gọi.

Nhưng khi bạn không phân tích, thử nghiệm hay nghiên cứu theo cách thức kỹ lưỡng như trên và các pháp trình hiện với bạn theo cách thức thông thường của chúng, thì chúng có vẻ như tồn tại một cách độc lập và tách biệt. Với bạn, không có vẻ gì là các pháp chỉ có một sự tồn tại ước lệ

124

Three principal aspects of the path

then the 'I' is unfindable. You cannot identify the 'I' with any of these factors, neither the whole physical body, nor parts of it nor conciousness and its various levels.

If you think about the physical body itself and try to find out what it is, whether it is the hand and so forth, it will be unfindable. Similarly, if you analyze a particular table to find out what it is, whether it is its colour or its shape or the wood of which it is made, you will not be able to point to any particular quality of the table as the table.

When you are not able to find things through this mode of analysis, it does not mean that they do not exist. That would contradict reason and your own experience. Phenomena's unfindability under scrutiny indicates that they do not have any objective existence from their own side and that they do exist as posited or designated by the mind. There is no other way of establishing them. Since they do not have any objective existence independent of thought, their existence is dependent on the power of the object, the designation. Therefore, phenomena have a conventional or nominal existence.

But when you are not analyzing or experimenting or studying in that particular manner and phenomena appear to you in their usual way, they appear to exist independently from their own side. It does not appear to you that they have only a nominal or conventional existence. But since you

125

Ba điểm tinh yếu trên đường tu tập

hay qua tên gọi. Nhưng vì bạn đã có một số hiểu biết qua sự phân tích và học hỏi, nên khi sự vật trình hiện một cách thông thường với bạn như thể là đang tồn tại một cách độc lập thì bạn sẽ có thể suy nghĩ: "Mặc dù các pháp không tồn tại trên cơ sở tự tính, nhưng đối với tâm bất tịnh của ta thì chúng có vẻ như tồn tại một cách độc lập và trên cơ sở tự tính." Nói cách khác, nếu kết quả sự học hỏi đưa bạn đến việc so sánh cách thức trình hiện thông thường của các pháp với cách thức sự vật hiện ra dưới sự thẩm sát, bạn sẽ hiểu được cách thức sai lầm mà các pháp hiện ra khi bạn không phân tích chúng và rồi bạn sẽ có thể nhận diện được đối tượng của sự phủ định, tức là sự tồn tại trên cơ sở tự tính.

Do đó, khi bạn đang thực sự hành thiền, điều quan trọng là phải xác quyết qua lập luận rằng sự vật tồn tại hoàn toàn chỉ do sự định danh và không có một sự tồn tại độc lập, tách biệt. Tuy nhiên, ngay sau khi bạn xả thiền, sự vật lại hiện ra theo cách thông thường. Lúc đó, nhờ vào tri kiến đã có được khi hành thiền nên cho dù các pháp trình hiện như thể là chúng tồn tại trên cơ sở tự tính hay tồn tại độc lập, bạn vẫn có thể khẳng định rằng: "Cho dù chúng trình hiện theo cách như thế này nhưng đây không phải là cách chúng tồn tại." Chính từ quan điểm này mà đoạn kệ kế tiếp dạy rằng:

> Hơn thế nữa, cực đoan chấp hữu bị sắc tướng loại
> bỏ,
> Cực đoan chấp không bị tánh Không loại bỏ,
> Và nếu nhận biết được cách thức nhân quả khởi sinh
> từ tánh Không,
> Thì các con sẽ không bị cuốn hút vào các quan điểm
> cực đoan.

Three principal aspects of the path

have some understanding through analysis and study, when things ordinarily appear to you as existing independently, you will be able to think, "Although phenomena do not have inherent existence, to my impure mind they appear to exist independently and inherently." In other words, if as a result of your study you compare phenomena's ordinary mode of appearance and the way things appear under investigation, you will understand the wrong way in which phenomena appear when you are not analyzing them and then you will be able to identify the object of negation, inherent existence.

Therefore, when you are in an actual meditation session, it is important to ascertain through reasoning that things exist merely by designation and do not have an independent existence from their own side. However, as soon as you arise from meditation things will appear in the ordinary way. Then, due to the understanding you generated during the meditation session, even though phenomena appear as if they exist inherently or independently you will be able to confirm that although they appear in this way, this is not how they exist. It is from this point of view that the next verse says:

> Also, the extreme of existence is eliminated by the appearances
> And the extreme of nonexistence is eliminated by the emptiness
> And if the mode of the arising of cause and effect from emptiness is known,
> You will not be captivated by the view that grasps at extremes.

Ba điểm tinh yếu trên đường tu tập

Đoạn kệ này có nghĩa là, nếu bạn có thể hiểu rằng tất cả các pháp tồn tại một cách quy ước, thì bạn có thể xóa bỏ [quan điểm] cực đoan về sự thường hằng (chấp thường) và nhờ vào sự hiểu biết rằng các pháp không có sự tồn tại trên cơ sở tự tính, bạn sẽ có thể xóa bỏ [quan điểm] cực đoan của thuyết hư vô hay hoại diệt (chấp không). Nói cách khác, bạn sẽ có thể hiểu được bản chất của các pháp là chúng tồn tại một cách quy ước và qua tên gọi nhưng không hề có sự tồn tại trên cơ sở tự tính. Do sự không tồn tại trên cơ sở tự tính nên các pháp trình hiện như các nhân và quả. Nếu bạn có thể có được một sự hiểu biết về cách thức tồn tại như vậy [của tất cả các pháp] thì bạn sẽ không bị chi phối hay vướng mắc vào quan niệm sai lầm của hai cực đoan là chấp thường và chấp không.

Sau cùng, lời kệ kết luận dạy rằng:

Như vậy, khi con đã nhận hiểu được những điều cốt lõi,
Của ba điểm tinh yếu trên con đường tu tập,
Hãy tìm nơi ẩn cư, nỗ lực tinh tấn tu tập,
Và mau chóng thành tựu đạo quả tối thượng, hỡi các con!

Lời khuyên dạy sau cùng là: chỉ hiểu được kinh điển không thôi thì chưa đủ. Sau khi đã hiểu được ý nghĩa của ba điểm tinh yếu trên con đường tu tập thì phận sự của bạn là lui về một nơi vắng vẻ cách biệt và đưa những hiểu biết này vào tu tập một cách thành khẩn. Đã hiểu được ý nghĩa của sự tu tập thì bạn phải thực hành với sự [thấu hiểu] rõ ràng, vì định hướng và mục đích của sự tu học là đạt đến nhất thiết trí, nhưng điều này chỉ có thể thành tựu thông qua sự thực hành. Do đó, ngài Jey Tsongkhapa đã khuyên dạy chúng ta phải thực hành tinh tấn.

128

Three principal aspects of the path

This means that if you are able to understand that all phenomena exist conventionally, you will be able to eliminate the extreme of permanence, and by understanding that things do not have inherent existence, you will be able to eliminate the extreme of total nihilism or annihilation. In other words, you will be able to understand the nature of phenomena that they exist conventionally and nominally but are empty of inherent existence. Due to their not existing inherently, things appear as causes and effects. If you are able to generate an understanding of such mode of existence, you will not be overpowered or captivated by the wrong view of the two extremes that is permanence and nihilism.

Finally, the concluding verse says:

Thus when you have realized the essentials
Of the three principal aspects of the path accordingly,
Seek solitude and generate the power of effort,
And quickly actualize your ultimate purpose, my son.

The concluding advice is that it is not enough to have mere scriptural understanding. Having understood the meaning of the three principal aspects of the path, it is your responsibility to retire to an isolated place and put them sincerely into practice. Having understood the meaning of practice, you must engage in it with clarity because the aim and purpose of study is the attainment of omniscience, but it can only be gained through practice. So Jey Tsongkhapa advises us to practise well.

Ba điểm tinh yếu trên đường tu tập

Vì thế, như đã giải thích ở trên, trước nhất phải xác lập một số hiểu biết về quan điểm các pháp không có sự tồn tại trên cơ sở tự tính, sau đó không ngừng huân tập hiểu biết này trong tâm, sao cho thông qua sự huân tập mà sự xác quyết của bạn ngày càng rõ ràng hơn, sâu sắc hơn và chắc chắn hơn. Hơn thế nữa, vì hiện nay tâm thức chúng ta bị ảnh hưởng mạnh mẽ bởi sự khuấy động và kích thích [từ ngoại cảnh] nên rất khó để trụ tâm một cách tĩnh lặng nơi một đối tượng, dù chỉ trong phút chốc. Trong những điều kiện như vậy, ngay cả khi bạn đã nhận thức được chân lý tối hậu, cũng rất khó để làm cho chân lý ấy hiển lộ.

Để có được sự trực nhận tánh Không, điều quan trọng là phải phát triển một tâm tĩnh lặng thông qua thiền định. Có hai phương pháp để thực hiện điều đó. Cách thứ nhất phù hợp với những giảng giải trong kinh điển. Cách thứ hai, được tìm thấy trong các mật điển, dựa vào du-già bổn tôn. Phương pháp thứ nhì là thâm sâu hơn. Cũng trong mật thừa, có hai cấp độ tùy theo vị du-già bổn tôn thuộc các lớp mật điển thấp hơn hay lớp mật điển cao nhất (Tối thượng Du-già).

Trong lớp mật điển Tối thượng du-già, có một phương thức đặc biệt để hành trì du-già bổn tôn và đạt [trạng thái] tâm tĩnh lặng bằng cách vận dụng khí vi tế và tâm vi tế. Khi bạn đạt được một tâm tĩnh lặng thông qua tiến trình này thì bạn sẽ thành tựu được điều được biết như là sự hợp nhất giữa định tĩnh và tuệ giác đặc biệt về tánh Không.

Nếu chúng ta giải thích sự hợp nhất giữa định tĩnh và tuệ giác đặc biệt chỉ hoàn toàn dựa vào tính chất của sự định tĩnh khi hành thiền thì không chắc là điều này sẽ trở thành một tác nhân dẫn đến giác ngộ. Chắc chắn đây

130

Three principal aspects of the path

Therefore, as explained above, first establish some understanding of the view that phenomena lack inherent existence, then repeatedly make your mind familiar with that understanding so that through familiarity your ascertainment will become clearer, deeper, and stabler. Moreover, as our mind at present is strongly influenced by distraction and excitement, it is very difficult for it to stay calmly on one object even for a short time. Under such conditions even if you have realized the ultimate view it is difficult to make it manifest.

In order to have a direct perception of emptiness it is important to develop a calmly abiding mind through meditation. There are two techniques for doing so: one accords with the explanation you find in the sutras, and the other, which is found in the tantras, depends on deity yoga. This latter method is the more profound. In the tantras too, there are two levels, according to the deity yoga found in the lower classes of tantra and in the highest class of tantra.

In the Highest Yoga Tantra there is a special mode of doing deity yoga and achieving a calmly abiding mind by employing the subtle wind and the subtle mind. When you actualize a calmly abiding mind through that process, what is known as a union of calm abiding and special insight into emptiness is achieved.

If we explain this union of special insight and calm abiding merely according to the nature of the meditative

131

là một phương pháp thực hành của Phật giáo vì nó giúp chúng ta thành tựu tuệ giác đặc biệt, nhưng không chắc lắm là chỉ riêng sự hợp nhất giữa định tĩnh và tuệ giác sẽ trở thành một tác nhân dẫn đến giác ngộ. Việc điều này có trở thành một tác nhân dẫn đến sự giải thoát hay nhất thiết trí hay không còn tùy thuộc vào động cơ [tu tập]. Do đó, [trước hết] chúng ta cần có một quyết tâm cầu giải thoát khỏi luân hồi làm nền tảng; rồi sau đó, dựa trên sự quan tâm chăm sóc vì lợi ích của tất cả chúng sinh, [chúng ta cần có thêm] một ước nguyện vị tha mong cầu giác ngộ. [Khi đã có cả hai điều này], nếu bạn hành trì pháp du-già [đạt đến sự] hợp nhất giữa tuệ giác đặc biệt và tâm định tĩnh thì điều đó sẽ trở thành một động lực tích cực giúp thành tựu giác ngộ.

Để sự thực hành như trên đạt được kết quả, điều quan trọng là trước hết bạn phải nhận được giáo pháp mật thừa. Và để tiếp nhận giáo pháp mật thừa nhằm làm chín muồi dòng tâm thức, thì trước tiên bạn phải được nhận lễ quán đảnh để giúp cho tâm thức dễ dàng phát triển. Do đó, điều quan trọng là thực hành kết hợp giữa phương tiện và trí tuệ. Khi chúng ta nương theo tâm nguyện vị tha cầu giác ngộ vì lợi lạc của tất cả chúng sinh, điều này sẽ có tác động và hỗ trợ quan điểm nhận hiểu được thực tính của các pháp; và ngược lại, sự nhận hiểu của chúng ta về tánh Không, thực tính của các pháp, cũng sẽ có tác động và hỗ trợ tâm nguyện cầu giải thoát của ta. Cách hành trì như vậy được gọi là sự kết hợp giữa phương tiện và trí tuệ.

Khi bạn tu tập theo mật thừa, trước hết bạn phải phát tâm mong cầu giác ngộ vì lợi lạc của tất cả chúng sinh; sau

Three principal aspects of the path

stabilization, there is no certainty that it will become a cause of enlightenment. No doubt because of the attainment of special insight it is a Buddhist practice but it is less certain that the mere union of calm abiding and special insight will become a cause of enlightenment. Whether it becomes a cause of liberation or omniscience depends on the motivation. Therefore we need a determination to be free from cyclic existence, as a foundation, and then, based on care and concern for the benefit of all sentient beings, an altruistic aspiration for enlightenment. If you then practise the yoga of the union of special insight and calmly abiding mind, it will become an active force for attaining enlightenment.

In order for such practice to be fruitful, it is important that you first receive tantric teachings. In order to receive tantric teachings to ripen your mental continuum, you must first receive initiation to make your mind fertile. Therefore, it is important to practise a combination of method and wisdom. When we engage the altruistic aspiration to attain enlightenment for the sake of all sentient beings; it will influence and support the view understanding the real nature of phenomena, and in turn our realization of emptiness, the real nature of the phenomena, will also influence and support our aspiration for enlightenment. This mode of practice is known as the union of method and wisdom.

When you follow the tantric path, you first generate a mind wishing to attain enlightenment for the sake of all sentient

133

Ba điểm tinh yếu trên đường tu tập

đó, do tâm nguyện vị tha này mà phát khởi trí tuệ nhận biết tánh Không, thực tính của các pháp, và trên cơ sở nhận biết này để tạo lập vị bổn tôn. Nói cách khác, chính trí tuệ nhận hiểu tánh Không tự nó đã được tạo ra trong hình tướng của một vị bổn tôn. Nếu bạn lại tập trung vào bản chất của chính vị bổn tôn thì bạn sẽ thấy rằng ngay cả vị bổn tôn đó cũng không hề tồn tại tách biệt. Sau đó bạn hình dung vị bổn tôn như là Pháp thân chân thật mà cuối cùng bạn sẽ thành tựu khi đạt giác ngộ.

Như vậy, phương pháp thiền định về cả phương tiện lẫn trí tuệ là rất quan trọng và bao gồm việc thiền định về phạm vi mở rộng của vị bổn tôn cũng như về tánh Không thâm sâu của vị ấy. Phương tiện và trí tuệ được kết hợp trong pháp hành trì mật thừa này bởi vì một mặt bạn suy ngẫm về bản chất của chính vị bổn tôn, vốn là sự hình dung hóa thật tánh của các pháp; và rồi mặt khác bạn lại quán tưởng chính vị bổn tôn như là Pháp thân chân thật mà bạn sẽ thành tựu khi đạt giác ngộ, đó là quán về đối tượng của sự giác ngộ. Do đó, đây cũng là thiền quán về tâm nguyện mong cầu giác ngộ.

Thông qua tiến trình [tu tập] pháp du-già bổn tôn, bạn thực hành cùng lúc cả phương tiện và trí tuệ. Chính điều này làm cho con đường tu tập trở nên hết sức nhanh chóng và có kết quả tốt. Đặc biệt là nếu bạn [tu tập] theo pháp Tối thượng Du-già sẽ có các phương pháp làm hiển lộ khí vi tế nhất và thức vi tế nhất. Thông qua những phương pháp đặc biệt, bạn sẽ có thể làm dừng lại các cấp độ thô trược và ô nhiễm hơn của khí và thức, cũng như làm hiển lộ các cấp độ vi tế nhất của chúng.

134

Three principal aspects of the path

beings, and then influenced by this altruistic aspiration, generate the wisdom realizing emptiness, the real nature of phenomena, and on the basis of this realization generate the deity. In other words, it is the wisdom apprehending the emptiness itself that is generated into the form of a deity. If you again focus on the nature of the deity itself, you will find that even the deity does not exist from its own side. Then you visualize the deity as the Truth Body that you will ultimately attain when you attain enlightenment.

So, the technique for meditating on both method and wisdom is very important and includes meditation on the extensive circle of the deity as well as on its profound emptiness. The unity of both method and the wisdom is involved in this tantric practice, because on the one hand you think about the nature of the deity itself, which is visualizing the real nature of phenomena, and then on the other hand you think of the deity itself as the Truth Body that you will attain when you become enlightened, which is to think about the object of your attainment. So this is also a meditation on the aspiration for enlightenment.

Through this process of deity yoga you are practising both the method and the wisdom at the same time. This is what makes the path so quick and successful. When you follow the Highest Yoga Tantra especially, there are techniques to make manifest the subtlest wind and subtlest consciousness. Through special techniques you will be able to stop the coarser, defiled levels of wind and consciousness and make their subtlest levels manifest.

135

Ba điểm tinh yếu trên đường tu tập

Cho dù bạn tu tập theo kinh điển hay mật thừa, nếu muốn thực hành phương pháp này thì trước tiên bạn phải thiết lập một nền tảng vững chắc trong việc tu tập đức hạnh hay trì giới.

Có nhiều cấp độ giới luật để thọ trì, bắt đầu từ giới Biệt giải thoát, [là các giới điều] giống như nền tảng của tất cả các cấp độ giới luật cao hơn. Các giới này đôi khi được gọi là Thanh văn giới, và chính trên cơ sở các giới này mà bạn phát triển thành Bồ Tát giới. Rồi trên cơ sở Bồ Tát giới, bạn phát triển thành Kim cương giới.

NGHI VẤN VÀ GIẢI ĐÁP

Hỏi: Xin Ngài giảng rõ, có phải là quyết tâm cầu giải thoát không liên quan gì đến quan niệm chấp hữu hay quan niệm các pháp tồn tại trên cơ sở tự tính?

Đáp: Thông thường, khi chúng ta nói về việc phát khởi một ước nguyện mạnh mẽ mong được giải thoát khỏi luân hồi, một tâm thức cầu đạt giác ngộ, [thì điều đó hàm ý] liên quan đến một người đã thực sự thấu hiểu qua tu học rằng giải thoát là điều có thật và có thể thực sự đạt được; đó là người có nhận thức sâu xa trên cơ sở lý luận, nên chúng ta có thể nói rằng ước nguyện cầu giải thoát của người này không bị ô nhiễm bởi quan niệm chấp hữu hay quan niệm các pháp tồn tại trên cơ sở tự tính.

136

Three principal aspects of the path

Whether you follow the sutra or tantra path, if you want to practice in this way, you should first lay a solid foundation in the practice of morality or discipline.

There are many levels of discipline to be observed, starting from the discipline of individual emancipation, which is like the foundation of all the higher levels of discipline. It is sometimes referred to as the discipline of the Hearers, and it is on the basis of this that you generate the discipline of the Bodhisattva, on the basis of which in turn you generate the discipline of Mantra.

QUESTIONS AND ANSWERS

Q: *Would Your Holiness clarify whether the determination to achieve liberation is not linked at all with the conception of true existence or the conception of phenomena as inherently existent?*

A: Usually, when we talk about generating a strong wish to be free from cyclic existence, a mind wishing to attain liberation, with reference to a person who has really understood through study that there is such a thing as liberation and that it is something that can actually be achieved, who has a deep understanding based on reason, then we can say that his wish to attain liberation is not defiled by a conception of true existence or a conception of phenomena as inherently existent.

137

Ba điểm tinh yếu trên đường tu tập

Đó là vì người ta thường chỉ có tri kiến đúng đắn về giải thoát sau khi nhận hiểu được tánh Không. Khi bạn đã hiểu được ý nghĩa của tánh Không thì cho dù bạn chưa hoàn toàn trừ bỏ tận gốc quan niệm chấp hữu, nhưng cả sự giải thoát cần phải thành tựu lẫn con đường tu tập dẫn đến giải thoát đều sẽ không bị ô nhiễm bởi quan niệm chấp hữu. Vì thế, chúng ta có thể nói rằng tâm nguyện cầu giải thoát không đi kèm với quan niệm chấp hữu hay quan niệm các pháp tồn tại trên cơ sở tự tính.

Tuy nhiên, trong trường hợp phàm phu như chúng ta, những người không có sự hiểu biết chuẩn xác hay đáng tin cậy về dạng thức tồn tại của giải thoát mà chỉ đơn thuần ước nguyện đạt được giải thoát, thì cho dù ước nguyện đó đích thực là chân thật, nhưng do không hiểu được thật tánh của các pháp, ta có thể xem chính bản thân sự giải thoát như là [một dạng] tồn tại thực sự hay tồn tại trên cơ sở tự tính. Nói cách khác, nếu không hiểu rõ rằng các pháp không có sự tồn tại tự tính thì tâm nguyện cầu giải thoát sẽ bị ô nhiễm bởi quan niệm chấp hữu.

Trong một đoạn kinh đức Phật dạy rằng, nếu khi nhìn thấy ảo ảnh của một phụ nữ xinh đẹp bạn khởi lòng ham muốn, thì sự tiếc nuối sau đó khi nhận ra cô ta chỉ là ảo ảnh quả là điều ngốc nghếch, bởi vì ngay từ đầu đã không hề có người phụ nữ nào cả! Tương tự, nếu bạn nghĩ đến sự giải thoát như [một dạng] tồn tại thực sự, mặc dù sự thật không phải vậy, thì tâm nguyện cầu giải thoát của bạn quả thật là không chân chính.

Three principal aspects of the path

This is because a person can usually have a valid cognition of liberation only after realizing emptiness. If you have understood the meaning of emptiness, then even though you may not have uprooted the conception of true existence completely, neither the liberation that has to be established nor the path that establishes it are polluted by the conception of true existence. Therefore, we can say that the wish to attain liberation is not assisted by the conception of true existence or the conception of phenomena as inherently existent.

However, in the case of ordinary beings like us, who do not have a correct or authentic understanding of liberation's mode of existence, but merely a wish to attain it, while no doubt the wish is genuine, due to not understanding the real nature of phenomena, we might see liberation itself as truly or inherently existent. In other words, not having a good understanding of phenomena's lack of inherent existence, the wish to attain liberation is polluted by the conception of true existence.

In a verse of sutra the Buddha says that if on seeing the illusory image of a beautiful woman you feel a desire for her, it is foolish to regret it later when you realize that she was only an illusion, because there was no woman there in the first place. Similarly, if you think of liberation as truly existent, although it is not, then it is true to say that your aspiration towards liberation is not authentic.

Ba điểm tinh yếu trên đường tu tập

Hỏi: *Xin hỏi chúng ta có thể dùng cách diễn đạt như "sự hỷ lạc của giải thoát" được không?*

Đáp: Dĩ nhiên là được, vì khi chúng ta đạt giải thoát, đó chỉ là sự đoạn diệt hoàn toàn mọi phiền não. Ngoài ra, người [giải thoát] ấy vẫn là một con người với một thân xác bằng xương thịt. Quả thật có một cảm thọ hỷ lạc vì đã đạt được giải thoát, cho dù không hề có sự thèm muốn cảm thọ hỷ lạc đó. Ví dụ, nếu chúng ta nói theo cách diễn đạt của mật thừa thì một cá nhân siêu việt đã xóa bỏ được quan niệm chấp hữu sẽ có trí tuệ đại hỷ lạc trong dòng tâm thức của mình. Và sự hỷ lạc đó là hỷ lạc chân thật. Tôi nghĩ cũng vẫn thích hợp khi nói về hỷ lạc của một cá nhân ở vào giai đoạn vô học. Như vậy, chúng ta có thể nói rằng ngay cả đức Phật cũng có cảm thọ hỷ lạc, và do đó ta có thể nói về niềm hỷ lạc của sự giải thoát.

Nhưng nếu bạn đưa ra câu hỏi này trên quan điểm rằng bản thân giải thoát có phải là hỷ lạc hay không, thì câu trả lời là không, bởi vì giải thoát là một hiện tượng vô ngã. Thật ra thì giải thoát hay tịch diệt là một phẩm tính, một sự chấm dứt hoàn toàn các phiền não trong một con người cụ thể đã đạt đến và thành tựu giải thoát. Khi nói về người giải thoát và thời điểm đạt giải thoát thì chính tự thân người giải thoát là chủ thể trải nghiệm sự hỷ lạc. Do đó, nếu bạn hỏi rằng người giải thoát có trải nghiệm sự hỷ lạc của giải thoát hay không, thì câu trả lời là có; còn nếu bạn hỏi rằng bản thân sự giải thoát có phải là sự hỷ lạc hay không, thì câu trả lời là không.

Hỏi: *Thiền định liên quan như thế nào đến việc loại trừ khổ đau của chúng sinh?*

Three principal aspects of the path

Q: *Can we use a term like the bliss of liberation?*

A: Yes, of course, because when we attain liberation, it is only the complete cessation of delusions. Otherwise one is still a person with a physical body. There is a feeling of pleasure and happiness of having attained liberation, although there is no craving for that blissful feeling. For example, if we speak in tantric terms then a superior individual being who has eliminated the conception of true existence has the wisdom of great bliss within his mental stream and that bliss is a real bliss. I think it is also appropriate to speak of the bliss of an individual at the stage of no longer training. So, we can say that even the Buddha has a feeling of pleasure and therefore we can speak of the bliss of liberation.

But if you are asking this question from the point of view of whether liberation itself is bliss, then it is not, because it is an impersonal phenomenon. Actually, liberation or cessation is a quality, a complete cessation of delusion within the particular person who has attained and actualized liberation. With reference to that person and when he or she attains liberation, it is the person himself or herself who experiences bliss. So, if you ask whether the person experiences the bliss of liberation, the answer is yes, but if you ask whether liberation itself is bliss, then the answer is negative.

Q: *How is meditation related to getting rid of the suffering of sentient beings?*

Ba điểm tinh yếu trên đường tu tập

Đáp: Khi một vị Bồ tát thực sự bước vào giai đoạn tu tập trước khi giác ngộ, vị ấy không chỉ thiền định về các phẩm hạnh như lòng bi mẫn hay vị tha, mà còn thực hành lục độ (sáu pháp ba-la-mật).[1] Trong sáu pháp ba-la-mật thì bố thí và trì giới là liên quan trực tiếp đến lợi ích của chúng sinh. Tương tự, vị Bồ Tát còn thực hành bốn phương tiện nhiếp hóa đồ chúng, như bố thí đồ vật mà chúng sinh cần, nói năng hòa nhã v.v...[2] Việc phát khởi tâm từ bi trong thiền quán thực sự làm khởi sinh tâm nguyện, và những hành vi bố thí, trì giới v.v... là sự biểu hiện thực sự của tâm nguyện đó thành hành động. Do đó, việc thực hành công hạnh và thiền định luôn đi đôi với nhau. Bạn cũng sẽ nghe nói đến trạng thái tĩnh tâm và thành tựu theo sau [của nó]. Trong trạng thái tĩnh tâm thiền, bạn thực hành thiền định, và trong giai đoạn sau thiền định, bạn xả thiền và bắt tay vào những việc làm tích lũy công đức, nghĩa là thực sự tham gia vào những hoạt động trực tiếp mang lại lợi ích cho chúng sinh.

Hỏi: Ước nguyện cầu giải thoát của một người liên quan như thế nào đến kinh nghiệm khổ đau?

Đáp: Để phát khởi ước nguyện cầu giải thoát, trước hết

---

[1]Lục độ hay sáu pháp Ba-la-mật (Lục ba-la-mật): phiên âm từ Phạn ngữ là pramit, cũng đọc là Ba-la-mật-đa, người Trung Hoa xưa dịch nghĩa là "đáo bỉ ngạn", nghĩa là "đến bờ bên kia". Kinh văn Hán tạng dùng cụm từ "đáo bỉ ngạn" (đến bờ bên kia) để chỉ sự giải thoát rốt ráo, đạt đến Niết-bàn. Vì thế có nơi cũng dịch chữ ba-la-mật là "độ", nghĩa là đưa qua, và Lục độ (六度) có nghĩa là sáu pháp môn giúp "đưa qua bờ bên kia", đạt đến sự giải thoát. Sáu pháp ba-la-mật hay Lục độ bao gồm: 1. Bố thí độ (布施度- Phạn ngữ: dāna pāramitā), 2. Trì giới độ (持戒度 - Phạn ngữ: śīla pāramitā), 3. Nhẫn nhục độ (忍辱度 - Phạn ngữ: kṣānti pāramitā), 4. Tinh tấn độ (精進度- Phạn ngữ: vīrya pāramitā), 5. Thiền định độ (禪定度- Phạn ngữ: dhyāna pāramitā) và 6. Trí [huệ] độ (智慧度- Phạn ngữ: prajñā pāramitā). (ND)

Three principal aspects of the path

A: When a bodhisattva actually engages in the training prior to enlightenment, he not only meditates on qualities like compassion and altruism, he actually engages in putting the six perfections into practice. Of the six perfections, giving and ethical discipline are directly related to the benefit of sentient beings. Similarly, a bodhisattva also engages in the four means of gathering disciples, such as giving things that sentient beings need, speaking pleasantly and so forth. The generation of compassion and love in meditation actually generates the intention and the practices of giving, observing ethical discipline and so on are the actual expression of that intention in action. Therefore, practical application and meditation go together side by side. You will also find mention of the state of equipoise and the subsequent achievement. During meditative equipoise you engage in meditation and during the post-meditative state you arise from meditation and engage in collecting merit. This means practically engaging in activities that directly benefit sentient beings.

Q: *How is one's aspiration towards liberation related to the experience of suffering?*

A: In order to generate a wish to attain liberation, you should first be able to see the faults of cyclic existence. But

143

bạn phải thấy được các **nguy hại của** luân hồi. Nhưng đồng thời, nếu bạn không **có sự** hiểu biết về khả năng có thể đạt đến giác ngộ [của tất cả chúng sinh] thì chỉ riêng việc thấy được những nguy hại và khổ đau của luân hồi vẫn chưa đủ. Có nhiều trường hợp, người ta đối diện với khổ đau nhưng không **hề biết đến** khả năng có thể đạt giải thoát [của mình]. Khi không tìm thấy lối thoát cho những bất ổn của mình, trong cơn tuyệt vọng họ [có thể] tự vẫn hoặc tự làm tổn hại bản thân **bằng những cách khác.**

Hỏi: *Khi các bậc Thanh văn và Độc giác Phật đã hoàn toàn dứt trừ phiền não và trở thành A-la-hán thì các ngài có một thức vô ký hay tâm vô ký không?*

Đáp: Có, các vị có tâm thức vô ký. Sau khi đã đạt quả vị A-la-hán, các vị Thanh văn và **Độc** giác **Phật** không những có tâm **vô ký** mà còn thể hiện các tính cách khác như ác ngữ, kiêu mạn v.v... Tuy những hành vi loại này không sinh khởi do các **phiền não** như sân hận và tham luyến, chúng lại khởi lên do sự huân tập lâu ngày với những phẩm chất xấu trong quá khứ và nay **tự biểu** hiện qua thân, khẩu, ý theo cách xấu.

Hỏi: *Những người chưa nhận biết được tánh Không nhìn tất cả các pháp như là tồn tại trên cơ sở tự tính và do đó họ sinh khởi sân hận, tham luyến v.v... Nhưng làm sao những người đã nhận biết được tánh Không lại còn khởi tâm sân hận và tham luyến, vì sự nhận biết được tánh Không là phương tiện đối trị trực tiếp của quan niệm chấp hữu?*

Three principal aspects of the path

at the same time if you do not have an understanding of the possibility of attaining liberation, then merely seeing the faults and sufferings of cyclic existence is not enough. There are many cases where people are faced with suffering, but are unaware of the possibility of attaining liberation. Not finding a solution to their problems, in frustration they commit suicide or harm themselves in other ways.

Q: *When the Hearers and the Solitary Buddhas have destroyed delusions completely and become Foe Destroyers, do they possess a neutral conciousness or neutral mind?*

A: Yes, they have neutral conciousness. After having attained the status of a Foe Destroyer, the Hearers and Solitary Buddhas not only have a neutral conciousness, but also employ other qualities like harsh speech and referring to others as inferior persons and so on. Although these kind of actions are not provoked by delusions like anger and attachment, they arise as a result of being well-acquainted with negative qualities in the past, which now expresses itself physically, verbally and mentally in bad ways.

Q: *People who have not realized emptiness see all phenomena as existing inherently and because of that they generate anger, attachment and so forth. But how do those people who have realized emptiness generate anger and attachment since the realization of emptiness is a direct antidote to the experience of the conception of true existence?*

145

Ba điểm tinh yếu trên đường tu tập

Đáp: Sự khác biệt là những người đã nhận biết được tánh Không không có quan niệm chấp hữu, tức là quan niệm xem các pháp như là tồn tại trên cơ sở tự tính. Mặc dù các pháp trình hiện với họ như là tồn tại trên cơ sở tự tính nhưng họ không hề có một quan niệm chấp hữu. Ngay cả đối với những người đạt trình độ cao hơn và trở thành A-la-hán thì sự vật [đối với họ] vẫn có vẻ như tồn tại trên cơ sở tự tính. Như vậy, không nhất thiết là những ai thấy các pháp có vẻ như tồn tại trên cơ sở tự tính đều phải có tham luyến và sân hận. Do đó, sân hận và các phiền não khác khởi lên không chỉ là khi các pháp có vẻ như tồn tại trên cơ sở tự tính, mà là khi có kèm theo sự tin chắc rằng các pháp có sự tồn tại thực sự.

Không thể dứt trừ hoàn toàn phiền não lậu hoặc chỉ riêng bằng cách quán tánh Không hay nhận biết tính vô ngã. Không những bạn phải nhận biết được tánh Không hay tính vô ngã, mà bạn còn phải hết sức thuần thục với những nhận thức đó. Khi bạn không những nhận hiểu được tánh Không mà còn trực kiến nó thì bạn đã đạt đến điều mà ta gọi là *kiến đạo*. Và khi đạt đến [giai đoạn] kiến đạo bạn có thể tạm thời kiềm chế mọi sự hiện hành bên ngoài của phiền não. Tuy nhiên, bạn chỉ kiềm chế được sự hiện hành của các phiền não này chứ chưa xóa bỏ được hoàn toàn các chủng tử của chúng. Các phiền não nội tại vẫn còn hiện hữu.

Ngay cả sau khi bạn đã trực nhận được tánh Không, vẫn còn những giai đoạn tu tập cao hơn như [giai đoạn] kiến đạo và [giai đoạn] thiền định (*Tu tập đạo*). Các phiền não tích lũy qua nhận thức là các phiền não được xóa bỏ bởi sự kiến đạo và do đó chúng bị xóa bỏ khi [hành giả] trực kiến

146

Three principal aspects of the path

A: The demarcation between these two experiences is that those who have realized emptiness do not have a conception of true existence which views things as inherently existent. Although things appear to them as inherently existent, they do not have a conception of true existence. Even to those who have attained higher grounds and become Foe Destroyers things appear to exist inherently. So there is no certainty that those for whom things appear to exist inherently should have attachment and anger. Therefore, anger and other delusions are generated not only when things appear to exist truly, but when there is also a determination that things have true existence.

It is not possible to eliminate delusions and afflictions completely, merely by seeing emptiness or merely by realizing selflessness. You have not only to realize emptiness or selflessness, you also have to become well acquainted with it. When you not only understand emptiness but also see it directly, you attain what we call the path of seeing. And when you attain the path of seeing, you are able temporarily to suppress all superficial manifestations of delusions. Still you have only suppressed the manifestations of these delusions and have not finally eliminated their seeds. The innate delusions are still present.

Even after you have gained direct realization of emptiness there are higher paths such as the path of seeing and path of meditation. Intellectually acquired delusions are those that are eliminated by the path of seeing and are thus eliminated when one sees emptiness directly. They come about as a

Ba điểm tinh yếu trên đường tu tập

tánh Không. Chúng phát sinh từ việc học tập các tư tưởng, triết thuyết sai lầm. Nói cách khác, chúng là sản phẩm của tà kiến. Khi bạn trực kiến được tánh Không hay thực tại tối hậu, các phiền não huân tập qua nhận thức - sản phẩm của tà kiến - sẽ tự động bị xóa bỏ một cách tự nhiên. Do đó, bạn phải trở nên hoàn toàn thuần thục với việc nhận biết được thật tánh của các pháp. Rồi dần dần khi bạn đạt đến [giai đoạn] thiền định (*Tu tập đạo*), bạn sẽ có thể xóa bỏ được nguyên nhân căn bản của phiền não.

Giờ thì hãy xem quan niệm chấp hữu, hay quan niệm về sự tồn tại trên cơ sở tự tính, là tác nhân gây ra những phiền não như sân hận, tham luyến v.v... như thế nào. Thông thường thì không nhất thiết là các phiền não như tham luyến và sân hận sẽ khởi sinh bất cứ nơi đâu có quan niệm chấp hữu, bởi vì có những trường hợp bạn chỉ có quan niệm chấp hữu [mà không khởi sinh phiền não]. Nhưng bất kỳ ở đâu có tham luyến hay sân hận thì chắc chắn đó phải là do quan niệm chấp hữu. Khi bạn khởi tâm tham luyến, bạn không chỉ xem đối tượng đó là lý thú hay hấp dẫn, mà bạn xem nó như một thứ hoàn toàn hấp dẫn, hoàn toàn lý thú và tồn tại tách biệt trên cơ sở tự tính. Do quan niệm sai lầm về các pháp như vậy nên bạn khởi tâm tham luyến mạnh mẽ.

Tương tự, khi bạn thấy vật nào đó không lý thú hay không hấp dẫn, bạn không chỉ thấy nó ở mức độ như vậy mà bạn thấy nó hoàn toàn không lý thú hoặc hoàn toàn không hấp dẫn. Điều này là do bạn có quan niệm chấp hữu. Nguyên nhân căn bản của tất cả các phiền não khác nhau này, như tham luyến và sân hận, là quan niệm về "cái tôi" và "cái của tôi". Trước hết, bạn tham luyến "cái

148

Three principal aspects of the path

result of studying mistaken philosophical ideas. In other words they are product of wrong views. When you see emptiness or ultimate reality directly, naturally intellectually acquired delusions, products of wrong view are automatically eliminated. Therefore, you have to become thoroughly familiar with this realization of the true nature of phenomena. Then gradually as you attain the path of meditation, you will be able to eliminate the very root cause of delusions.

Now, how is this conception of true existence, or the conception that things exist inherently, responsible for generating delusions like anger, attachment and so forth. Normally speaking it is not necessarily the case that wherever there is a conception of true existence delusions like attachment and anger are generated, because there are occasions when you have only a conception of true existence. But wherever there is attachment or anger it follows that it is due to a conception of the true existence of phenomena. When you generate attachment, you not only see the object as something interesting or attractive, but you see it as something totally attractive, totally interesting, and existing inherently from its own side. Because of that kind of misconception of phenomena, you generate strong attachment.

Similarly, when you see something as uninteresting or unattractive, you do not see it just like that, you see it as totally uninteresting or unattractive. This is because you have a conception of the true existence of phenomena. The principal cause of all these different delusions, like attachment and

Ba điểm tinh yếu trên đường tu tập

tôi", và do sự tham luyến này bạn bắt đầu khởi sinh tất cả các loại phiền não khác. Thông thường thì bạn thực sự không suy ngẫm về "cái tôi" này là gì, nhưng khi nó tự động khởi lên thì bạn có một cảm giác mạnh mẽ về một "cái tôi" không chỉ tồn tại qua tên gọi, mà là một "cái tôi" chắc thật tồn tại tách biệt trên cơ sở tự tính.

Việc thừa nhận sự tồn tại của một "cái tôi" ước lệ không có gì bất ổn, nhưng khi bạn phóng đại nó như là có một sự tồn tại độc lập thì điều đó là sai lầm. Đó chính là quan niệm sai lầm *hữu thân kiến*. Vì có kiểu quan niệm như thế về sự tồn tại thực sự của "cái tôi" nên bạn phát khởi các phiền não khác, như quan niệm về "vật của tôi", nghĩ rằng "cái này hay cái kia là của tôi"...

Khi bạn có quan niệm về sự vật như là "vật của tôi", bạn phân chia mọi thứ thành hai nhóm. [Nhóm thứ nhất là] những thứ bạn ưa thích, là những thứ bạn nghĩ đến như là "vật của tôi", như là hấp dẫn, như là "bạn bè tôi" v.v..., và dựa trên những thứ này mà bạn khởi sinh rất nhiều tham luyến. [Nhóm thứ hai là] những thứ không thuộc về bạn, hoặc những thứ từng làm tổn hại hay có khả năng sẽ làm tổn hại bạn. Bạn phân loại những thứ này thành một nhóm khác và không quan tâm đến chúng.

Do quan niệm về "cái tôi" và cảm giác rằng mình vượt trội theo một cách nào đó, [luôn tự xem mình là] một người rất quan trọng, nên bạn trở thành kiêu mạn. Do sự kiêu mạn này, khi không hiểu biết một điều gì, bạn sinh tâm nghi ngờ; và khi đối diện với thách thức từ những người có tài năng hay sản nghiệp giống như bạn thì bạn khởi sinh các phiền não ganh ghét và đua tranh với họ.

150

Three principal aspects of the path

anger, is the conception of I and 'mine'. First you generate attachment towards the I and because of this you start to generate all kinds of other delusions. Usually, you actually do not think about what this I is, but when it arises automatically, you have a strong sense of an 'I' which is not just nominally existent, but a solid I existing inherently from its own side.

Recognizing the existence of a conventional I is all right, but when you exaggerate it as having an independent existence it is wrong. That is the wrong view of transitory collection. Because you have that kind of conception of the Is' true existence, you generate other delusions like the conception of 'mine', thinking, "This or that is mine".

When you have this conception of things as 'mine' you divide everything into two classes: those that you like, which you think of as mine, as interesting, as my friend and so on, based on which you generate a lot of attachment; and those that do not belong to you or that have harmed you or are likely to harm you, you classify into a different category and neglect them.

Because of your conception of the I and the feeling that you are somehow supreme, someone very important, you become proud. Due to this pride, when you don't know something you generate deluded doubt and when you encounter a challenge from people who have qualities or wealth similar to your own, you generate the delusions of jealousy and competitiveness towards them.

151

Ba điểm tinh yếu trên đường tu tập

Hỏi: *Xin giải thích về ý nghĩa của định nghiệp và bất định nghiệp.*

Đáp: Định nghiệp là loại nghiệp mà tất cả các thành phần tất yếu của nó đều đã hoàn tất. Ví dụ: đã hoàn tất mọi sự chuẩn bị cho một hành vi cụ thể, đã thực sự tiến hành hành vi đó và cuối cùng là [khởi lên ý] nghĩ rằng mình đã làm được một việc đúng đắn. Nếu bạn đã tạo một nghiệp theo tiến trình xuyên suốt như vậy thì nghiệp quả sẽ là xác định, do đó nó được gọi là một [nghiệp xác định, hay] định nghiệp.

Mặt khác, nếu bạn không hề khởi lên ý định thực hiện một hành vi cụ thể thì ngay cả khi bạn đã [thực sự] làm một việc gì đó, nghiệp quả [của việc ấy] vẫn là không xác định. Do đó, nó được gọi là [nghiệp không xác định, hay] bất định nghiệp.

Nói chung, có nhiều loại nghiệp được giải thích trong Đại thừa A-tì-đạt-ma tập luận của ngài Vô Trước.[1] Có những hành vi được thực hiện nhưng không tích lũy nghiệp, có những hành vi tích lũy nghiệp nhưng không được thực hiện, cũng như có những hành vi được thực hiện và tích lũy nghiệp. Loại hành vi tích lũy nghiệp nhưng không được thực hiện[2] là nghiệp xác định. Loại hành vi được thực hiện nhưng không tích lũy nghiệp là nghiệp không xác định, chẳng hạn như [những hành vi được thực hiện mà] không do bất kỳ động cơ nào thúc đẩy.

---

[1] Đại thừa A-tì-đạt-ma tập luận do ngài Vô Trước soạn, tên Phạn ngữ là Abhidharma-samuccaya, đã được ngài Huyền Trang dịch sang Hán văn vào đời Đường, gồm 7 quyển, được đưa vào Đại chánh tạng thuộc quyển 31, kinh số 1605, bắt đầu từ trang 663. (ND)

[2] Trong bài giảng về Tứ diệu đế, đức Đạt-lai Lạt-ma gọi loại hành vi này là hành vi tinh thần (mental acts) để phân biệt với các hành vi đã thực

Three principal aspects of the path

Q: What is the meaning of a definite action and an indefinite action?

A: A definite action is one all of whose requisite parts are complete. For example, having made the preparations for doing a particular action, actually doing it and finally thinking that you have done the right thing. If you have committed an action through such a process, the result will be definite, so it is called a definite action.

On the other hand, if you have not generated the intention to commit a particular action, then even if you have done something, the result will not be definite. So, it is called an indefinite action.

In general, there are many kinds of actions explained in the Asanga's Compendium of Manifest Knowledge (Abhidharma Samuccaya): actions that are committed and not accumulated, actions that are accumulated and not committed and actions that are both committed and accumulated. Actions that are accumulated and not committed are definite actions. Actions that are committed and not accumulated are indefinite actions because, for example, of not being motivated.

153

Ba điểm tinh yếu trên đường tu tập

Bây giờ, để giải thích điểm này rõ hơn, chúng ta hãy lấy ví dụ việc giết một con vật. Nói chung thì việc giết hại sẽ dẫn đến một sự tái sinh xấu. Nhưng nếu bạn giết một con vật nào đó mà không hề có ý định giết nó, như khi bạn vô tình giẫm phải một con côn trùng làm chết nó, nhưng sau khi nhận biết việc đã làm [chết con vật], bạn khởi sinh cảm giác hối hận rất mạnh mẽ, thì nghiệp quả [của hành vi ấy] là không xác định. Vì bạn đã thực sự giết chết con côn trùng, bạn đã phạm vào hành vi giết hại, nhưng bạn không tích lũy nghiệp [của hành vi đó] vì bạn không hề cố ý giết nó. Trong trường hợp này, nghiệp quả là không xác định, nghĩa là hành vi giết hại này sẽ không dẫn đến nghiệp quả như thông thường là sự tái sinh xấu, bởi vì không có sự tác ý và đã có sự ăn năn hối tiếc sau đó. Tuy nhiên, vì hành vi giết hại đã được thực hiện nên vẫn sẽ mang lại nghiệp quả của nó. [Dù không dẫn đến một tái sinh xấu nhưng chắc chắn] nó không mang lại lợi lạc.

Hỏi: Làm sao một con người, nhất là người Tây phương, lại có thể khởi tâm từ bỏ tất cả, không còn vui hưởng các thú vui trong thế giới mà chúng ta đang sống?

Đáp: Không hẳn là mọi người đều sẽ khởi tâm từ bỏ tất cả, và điều đó cũng không cần thiết, do có sự khác biệt về sự quan tâm và các khuynh hướng tinh thần của mọi người. Một số người vẫn thích ảo tưởng về luân hồi. Vậy chúng ta nên làm gì? Nếu ta theo quan điểm của một Phật tử và cố gắng vươn đến sự giải thoát thì chúng ta phải rèn luyện tâm thức theo cách của đạo Phật.

Nếu chỉ nhìn thoáng qua cách sống của phương Tây thì có lẽ bạn thấy nhiều sự quyến rũ bề ngoài, sự thừa thãi các tiện nghi hiện đại v.v... Nhưng nếu bạn khảo sát đến

154

Three principal aspects of the path

Now, to explain this point more clearly, let us take the example of killing an animal. Generally speaking killing leads to bad rebirth. But if you kill a particular animal without intending to kill it, for instance if you unknowingly trample on an insect and kill it, but then realizing what you have done you generate a strong sense of regret, the result will be indefinite. Because you have actually killed the insect you have committed the action of killing it, but you have not accumulated the action because you did not intend to kill it. In this case the result is not definite, which means that this act of killing will not lead to the normal result, bad rebirth, because of the absence of intention and having subsequently felt regret. However, since the act of killing was committed it will bear its own fruit. It does not lead to profit.

Q: How is it possible, especially for a person who comes from the West to generate a sense of renunciation, an unwillingness to enjoy the pleasures of the world in which we are living?

A: It is not likely that everyone would generate a spirit of renunciation, nor is it necessary because of people's diverse mental interests and inclinations. Some take rather a fancy to cyclic existence. So what should we do? If we take the point of view of a Buddhist and strive to attain liberation, then we have to train the mind in this way.

If you just glance at the Western way of life, you may see many superficial attractions, the ample modern facilities and

155

Ba điểm tinh yếu trên đường tu tập

một mức độ sâu hơn thì người Tây phương cũng không thể thoát khỏi những nỗi khổ chung của trần thế như sinh, già, bệnh, chết, và đặc biệt là bị giày vò bởi lòng ganh đua và đố kỵ. Tôi chắc chắn rằng những thứ này phá hoại hạnh phúc của bạn, và do đó người ta gọi chúng là những khổ đau của luân hồi.

Chúng ta có thể phân loại khổ đau thành ba mức độ: *khổ khổ*, *hoại khổ* và *hành khổ*.[1] Hành khổ chỉ đến sự thật là thân thể vật chất của chúng ta, bị dẫn dắt bởi các nghiệp ô nhiễm và phiền não, tự nó trở thành cơ sở cho sự gánh chịu tất cả các mức độ khổ đau khác nhau. Điều quan trọng là phải rõ biết các các mức độ và giai đoạn khác nhau của khổ đau và cách thức hành thiền. Nói chung, nếu bạn không có băn khoăn, lo lắng và sầu muộn gì thì điều đó là tốt nhất. Chúng ta nghĩ đến việc thực hành giáo pháp của đức Phật là vì chúng ta đang có một nỗi khổ đau, lo lắng nào đó... nhưng nếu bạn không có những thứ [như khổ đau, lo lắng...] này thì không cần tu tập, cứ vui hưởng [như thế].

Hỏi: *Khi chúng ta vẫn còn mang quan niệm chấp ngã, liệu có thể làm lợi lạc cho các chúng sinh được không?*

Đáp: Có thể được. Thực ra, có hai thái độ sai lầm liên quan đến "cái tôi": một là tin chắc rằng nó tồn tại trên cơ sở tự tính và hai là thái độ tự tôn vị kỷ. Nếu bạn có một thái độ rất vị kỷ, lúc nào cũng chỉ quan tâm đến hạnh phúc

---

[1]Xin tìm đọc giảng giải chi tiết về ba mức độ khổ đau này trong sách Tứ diệu đế (thuyết giảng của đức Đạt-lai Lạt-ma), từ trang 108 đến trang 122. (Tứ diệu đế - NXB Tôn giáo, 2008) (ND)

Three principal aspects of the path

so on. But if you examine it on a deeper level, Westerners are not immune to the general worldly sufferings of birth, old age, sickness and death, and are especially stricken with feelings of competitiveness and jealousy. I am sure that these disturb your happiness, so they are termed the sufferings of cyclic existence.

We can also classify suffering into three levels: the suffering of suffering; the suffering of change and pervasive compositional suffering. This last one, pervasive compositional suffering, refers to the fact that our physical body, projected by contaminated actions and delusions, itself acts as the basis for experiencing all the different levels of suffering. It is important to know the various levels and stages of sufferings and how to do meditation. In general, if you have no anxiety, no troubles and no worries, that is best. We think of practising the Buddha's doctrine because we have some suffering, some anxiety, but if you don't have these then there is no need to practise; just enjoy yourself.

Q: Since we have this conception of a truly existent self, is it possible to benefit other beings?

A: It is possible. Actually there are two kinds of mistaken attitude with regard to the self: one is to hold it as inherently existent, the other is the self-centred attitude. If you have a very strongly self-centred attitude, perpetually concerned

157

Ba điểm tinh yếu trên đường tu tập

của riêng bản thân mình và không quan tâm gì khác hơn, thì tự nhiên bạn sẽ thờ ơ với hạnh phúc của các chúng sinh khác.

Quan niệm chấp ngã - cho rằng có một cái tôi thật sự tồn tại - là rất khó loại bỏ, nhưng trong khi còn chấp ngã như thế thì bạn vẫn có thể tu tập một thái độ vị tha quan tâm đến hạnh phúc của các chúng sinh khác và tham gia vào các hoạt động làm lợi lạc cho họ. Các bậc thánh giả Thanh văn và Duyên giác đều đã trừ bỏ được phiền não cùng các chủng tử của chúng và đã chứng ngộ được thực tánh của các pháp. Như vậy, các ngài đã loại bỏ được quan niệm chấp hữu, nhưng do thái độ tự tôn vị kỷ nên có thể các ngài không quan tâm nhiều đến hạnh phúc của chúng sinh. Tuy nhiên, một vị Bồ Tát có thể tu theo giáo lý của phái Tì-bà-sa, vốn không thừa nhận tánh Không của sự tồn tại thực sự. Do đó, vị Bồ Tát ấy có thể vẫn chưa xóa bỏ được chủng tử của quan niệm chấp hữu, nhưng vì ngài đã tu tập phát triển tâm nguyện vị tha quan tâm đến người khác nên sẽ cống hiến hết sức mình để làm lợi lạc cho chúng sinh.

Dịch [từ Tạng ngữ] sang Anh ngữ:
Lobsang Jordhen

Trích từ: *CHÖ YANG, The Voice of Tibetan Religion and Culture*, Year of Tibet Edition

Biên tập: *Pedron Yeshi* và *Jeremy Russell.*

Three principal aspects of the path

about your own well-being and nothing else, you will automatically neglect the welfare of other beings.

The conception of a truly existent self is difficult to get rid of, but while you are doing so you can also train in the altruistic attitude concerned with the welfare of other sentient beings and engage in activities to benefit them. Hearer and Solitary Buddha Foe Destroyers have destroyed the delusions with their seeds and have realized the real nature of phenomena. Thus they have eliminated the conception of true existence, but because of their self-centred attitude, they may not care much for the welfare of other sentient beings. However, it is also possible for a Bodhisattva to belong to the Vaibhashika school of tenets, which does not assert emptiness of true existence. So, although that Bodhisattva may not have eliminated the seed of the conception of true existence, but because he has trained in developing an attitude of concern for others, he will work with total dedication for the benefit of other sentient beings.

Translated by:
Lobsang Jordhen

From: *CHÖ YANG, The Voice of Tibetan Religion and Culture*, Year of Tibet Edition

Editors: *Pedron Yeshi* và *Jeremy Russell.*

PHỤ LỤC 1: PHẦN CHÁNH VĂN KỆ TỤNG CỦA NGÀI TSONGKHAPA

Chí tâm đảnh lễ

Con chí tâm đảnh lễ các bậc lạt-ma tôn quý nhất.

[Lời thệ nguyện khi soạn thảo luận văn này]

Con sẽ giải thích bằng hết khả năng mình
Tinh hoa tất cả giáo pháp của đấng Pháp vương
Con đường mà các vị Pháp vương tử tán thán
Lối vào cho những ai may mắn mong cầu giải
thoát.

Khuyên bảo đệ tử lắng nghe

Những ai không mê đắm trong các thú vui của
luân hồi;
Hãy tinh tấn sao cho cơ hội làm người này trở
thành có nghĩa;
Nương theo con đường khiến đức Phật hoan hỷ.
Những ai được may mắn như thế, hãy lắng nghe
với lòng thanh tịnh.

Sự cần thiết phát khởi tâm cầu giải thoát

Nếu không hết lòng mong cầu giải thoát thì không
dựa vào đâu để đạt được an lạc.
Do đắm chấp các thú vui trong biển khổ luân hồi,

Three principal aspects of the path

APENDIX 1: TSONGKHAPA'S ORIGINAL TEXT

The Homage

I pay homage to the foremost venerable lamas.

[The Promise to Compose]

I will explain, as well as I can,
The essence of all the teachings of the Conqueror,
The path praised by the Conqueror's Children,
The entrance for the fortunate desiring liberation.

Exhorting the Disciples to Listen

Those who are not attached to the joys of cyclic existence
Strive to make meaning of this leisure and opportunity,
Rely on the path pleasing to the Conqueror;
Those fortunate ones, listen with a clear mind.

Need to Generate the Determination to Be Free

Without a pure determination to be free, there is no means to achieve peace
Due to fixation upon the pleasurable effects of the ocean of existence.

Ba điểm tinh yếu trên đường tu tập

*Chúng sinh hoàn toàn bị sự tham luyến vào cuộc
sống trói buộc,*

*Do đó, ngay từ khởi đầu hãy hướng đến một quyết
tâm cầu giải thoát.*

*Quán chiếu rằng [đời người] có tự do và đủ duyên
may là rất khó được,*

*Và không có thời gian để hoang phí trong đời này,
hãy chế ngự sự hướng tâm theo các sắc tướng
quyến rũ của kiếp sống này.*

*Liên tục quán chiếu các hậu quả tất yếu của
nghiệp,*

*Và những khổ đau của luân hồi, hãy chế ngự [sự
hướng tâm theo] các sắc tướng quyến rũ của mọi
kiếp sống về sau.*

*Nếu thường suy ngẫm về luật nhân quả vốn không
sai chạy,*

Và những khổ đau trong cõi luân hồi,

*Sẽ có thể dứt trừ sự tham luyến đối với kiếp sống
tiếp theo.*

Lượng định sự phát khởi quyết tâm cầu giải thoát

*Sau khi tự huân tập theo cách này, nếu con không
khởi lòng mến mộ,*

*Vẻ phồn hoa của luân hồi, dù chỉ trong thoáng
chốc,*

Và nếu con ngày đêm khát khao giải thoát,

*Lúc đó con đã thực sự phát khởi quyết tâm cầu giải
thoát.*

Three principal aspects of the path

Embodied beings are thoroughly bound by craving for existence,

Therefore, in the beginning seek a determination to be free.

Contemplating how freedom and fortune are difficult to find

And that in life there is no time to waste, blocks the attraction to captivating appearances of this life.

Repeatedly contemplating action's infallible effects

And the sufferings of cyclic existence, blocks the captivating appearance of future lives.

If you think repeatedly about the infallible law of actions and results

And the sufferings of cyclic existence,

You will be able to stop attachment to the next life.

The Measure of Having Generated a Determination to be Free

Having familiarized yourself in this way, if you do not generate admiration

For the prosperity of cyclic existence even for an instant,

And if you wish for liberation day and night,

At that time you have generated the determination to be free.

Ba điểm tinh yếu trên đường tu tập

Mục đích của việc phát tâm Bồ-đề

Nếu quyết tâm cầu giải thoát không được dẫn dắt
bởi tâm giác ngộ thanh tịnh,
Thì không thể trở thành nhân đưa đến giác ngộ tối
thượng, niềm hỷ lạc toàn hảo.
Do đó, bậc trí giả phải phát tâm Bồ-đề.

Phương tiện phát tâm Bồ-đề

Bị cuốn trôi bởi bốn dòng thác dữ;
Bị trói chặt bởi nghiệp lực, khó lòng cởi bỏ;
Bị giam hãm trong lưới sắt của ngã chấp;
Hoàn toàn bao phủ trong bóng tối dày đặc của vô
minh;
Trôi nổi trong luân hồi bất tận;
Đau đớn khôn nguôi bởi ba khổ não trong từng kiếp
tái sinh.
Khi quán chúng sinh từng là mẹ ta trong tình
trạng như vậy, hãy phát khởi tâm vô thượng Bồ-
đề.
Trông thấy nỗi thống khổ của những chúng sinh
từng là mẹ ta,
Đang ở trong tình trạng khổ đau đến như thế, ta
cần phải phát tâm vô thượng.

Sự cần thiết phải nhận biết tánh Không

Kẻ thấy được lý nhân quả không sai chạy,
Của mọi pháp trong luân hồi và vượt ngoài,
Và phá hủy mọi nhận thức [sai lầm] (về sự tồn tại
trên cơ sở tự tính)

Three principal aspects of the path

The Purpose of Generating the Mind of Enlightenment

If this determination to be free is not influenced by a
pure mind of enlightenment
It will not become a cause for unsurpassable
enlightenment, the perfect bliss.
Therefore, the intelligent should generate a mind of
enlightenment.

The Means of Generating the Mind of Enlightenment

Carried away by the four torrential rivers
Bound by tight bonds of actions, difficult to undo,
Caught in the iron net of the conception of self
Thoroughly enveloped by the thick darkness of
ignorance
Born into boundless cyclic existence,

And in their rebirths unceasingly tormented by the
three sufferings:

Contemplating the state of mother sentient beings in
such conditions, generate the supreme mind.

Seeing the sufferings of the mother sentient beings

That are in such a situation we should generate the
supreme mind.

The Need to Realize Emptiness

One who sees the infallible cause and effect
Of all phenomena in cyclic existence and beyond
And destroys all perceptions (of inherent existence)

165

Ba điểm tinh yếu trên đường tu tập

[Như thế là] đã bước vào con đường tu tập làm đức
   Phật hoan hỷ.

Mọi hình tướng là duyên khởi không thể sai lệch;
Tánh Không là thoát khỏi các định kiến.
Khi hai nhận thức này còn bị xem là tách biệt,
Thì người ta vẫn chưa nhận hiểu được lời Phật dạy.
Khi hai nhận thức [nói trên] đồng thời đạt được và
   không phải hoán đổi cho nhau,
Sự xác quyết khởi sinh từ tuệ giác đơn thuần về
   [nguyên lý] duyên khởi không thể sai lệch,
Sẽ phá hủy hoàn toàn mọi hình thức của sự tham
   luyến.
Vào lúc đó, sự biện giải tri kiến thâm sâu được
   hoàn mãn.
Hơn thế nữa, cực đoan chấp hữu bị sắc tướng loại
   bỏ,
Cực đoan chấp không bị tánh Không loại bỏ,
Và nếu nhận biết được cách thức nhân quả khởi sinh
   từ tánh Không,
Thì các con sẽ không bị cuốn hút vào các quan điểm
   cực đoan.

[Kết luận]

Như vậy, khi con đã nhận hiểu được những điều cốt
   lõi,
Của ba điểm tinh yếu trên con đường tu tập,
Hãy tìm nơi ẩn cư, nỗ lực tinh tấn tu tập,
Và mau chóng thành tựu đạo quả tối thượng, hỡi
   con!

166

Three principal aspects of the path

Has entered the path which pleases the Buddha
Appearances are infallible dependent arisings;
Emptiness is free of assertions.
As long as these two understandings are seen as
   separate,
One has not yet realized the intent of the Buddha.
At the time when these two realizations are
   simultaneous and don't have to alternate,
From the mere sight of infallible dependent arising
   comes ascertainment
Which completely destroys all modes of grasping.
At that time, the analysis of the profound view is
   complete.
Also, the extreme of existence is eliminated by the
   appearances
And the extreme of nonexistence is eliminated by the
   emptiness
And if the mode of the arising of cause and effect from
   emptiness is known,
You will not be captivated by the view that grasps at
   extremes.

[Having Gained Definite Ascertainment, Advice on Pursuing the Practice]

Thus when you have realized the essentials
Of the three principal aspects of the path accordingly,
Seek solitude and generate the power of effort,
And quickly actualize your ultimate purpose, my son.

167

PHỤ LỤC 2: BẢN DỊCH ANH NGỮ CỦA LAMA ZOPA RINPOCHE
(APENDIX 2: LAMA ZOPA RINPOCHE'S TRANSLATION)

Expressing the Homage

I bow down to my perfect gurus.

The Promise to Compose

[1] The essential meaning of the Victorious Ones'
teachings,

The path praised by all the holy Victors and their
Children,

The gateway of the fortunate ones desiring liberation
-

This I shall try to explain as much as I can.

Persuading to Listen

[2] Those who are not attached to the pleasures of
circling [samsara],

Who strive to make freedom and endowments
meaningful,

Who entrust themselves to the path pleasing the
Victorious Ones -

You fortunate ones: listen with a calm mind.

The Purpose of Generating Renunciation

[3] Without the complete intention definitely to be free
from circling,

There is no way to pacify attachment seeking
pleasurable effects in the ocean of circling.

Three principal aspects of the path

Also, by craving for cyclic existence, embodied beings
  are continuously bound.
Therefore, at the very beginning seek renunciation.

How to Generate Renunciation

[4] Freedom and endowments are difficult to find
And life has no time to spare.
By gaining familiarity with this,
Attraction to the appearances of this life is reversed.
By thinking over and over again
That actions and their effects are unbetraying,
And repeatedly contemplating the miseries of cyclic
  existence,
Attraction to the appearances of future lives is
  reversed.

The Definition of Having Generated Renunciation

[5] When, by having trained in that way,
There is no arising, even for a second,
Of attraction to the perfections of cyclic existence,
And all day and night the intention seeking liberation
  arises -
Then the thought of renunciation has been generated.

The Purpose of Generating the Mind of Enlighten-ment

[6] Even if renunciation has been developed,
If it is not possessed by the mind of enlightenment
It does not become the cause of the perfect bliss of
  unsurpassed enlightenment.
Therefore the wise generate the supreme mind of
  enlightenment.

Ba điểm tinh yếu trên đường tu tập

How to Generate the Mind of Enlightenment

[7] Swept away by the current of the four powerful rivers,
Tied by the tight bonds of karma, so hard to undo,
Caught in the iron net of self-grasping,
Completely enveloped by the total darkness of ignorance,
[8] Endlessly reborn in cyclic existence,
Ceaselessly tormented by the three sufferings -
Thinking that all mothers are in such a condition,
Generate the supreme mind of enlightenment.

The Definition of Having Generated the Mind of Enlightenment

[8a] In short,
If like the mother whose cherished son has fallen into a pit of fire
And who experiences even one second of his suffering as an unbearable eternity,
Your reflection on the suffering of all mother sentient beings
Has made it impossible for you to bear their suffering for even one second
And the wish seeking enlightenment for their sake arises without effort,
Then you have realized the supreme precious mind of enlightenment.[1]

---

[1]Stanza [8a] is not part of Lama Tsongkhapas original text, but has been added here following Pabongkha Rinpoches outline. (Đoạn kệ [8a] này không có trong bản văn gốc, nhưng đã được thêm vào theo ngài Pabongkha Rinpoche.)

Three principal aspects of the path

The Reason to Meditate on the Right View

[9] Without the wisdom realizing ultimate reality,
Even though you have generated renunciation and
the mind of enlightenment
You cannot cut the root cause of circling.
Therefore, attempt the method to realize dependent
arising.

Showing the Right View

[10] One who sees the cause and effect of all
phenomena
Of both cyclic existence and the state beyond sorrow
as forever unbetraying,
And for whom any object trusted in by the grasping
mind has completely disappeared,
Has at that time entered the path pleasing the
Buddhas.

The Definition of Not Having Completed the Analysis of the Right View

[11] If the appearance of dependent relation,
Which is unbetraying, is accepted separately from
emptiness,
And as long as they are seen as separate,
Then one has still not realized the Buddha's intent.

The Definition of Having Completed the Analysis of Right View

[12] If [these two realizations] are happening
simultaneously without alternation,

Ba điểm tinh yếu trên đường tu tập

And from merely seeing dependent relation as completely unbetraying

The definite ascertainment comes that completely destroys

The way in which all objects are apprehended [as truly existent],

At that time the analysis of the ultimate view is complete.

The Particular Special Quality of the Prasangika View

[13] Furthermore, appearance eliminates the extreme of existence

And emptiness eliminates the extreme of non-existence.

If you realize how emptiness manifests in the manner of cause and effect

Then you are not captivated by wrong notions holding extreme views.

Having Gained Definite Ascertainment, Advice on Pursuing the Practice

[14] In this way you realize exactly

The vital points of the three principal aspects of the path.

Resort to seeking solitude, generate the power of effort,

And quickly accomplish your final goal, my child.

173

MỤC LỤC

LỜI NÓI ĐẦU 7

DẪN NHẬP 10

CHÍ TÂM ĐẢNH LỄ 26

LỜI THỆ NGUYỆN KHI SOẠN THẢO LUẬN VĂN NÀY 28

KHUYÊN BẢO ĐỆ TỬ LẮNG NGHE 30

SỰ CẦN THIẾT PHÁT KHỞI TÂM CẦU GIẢI THOÁT 32

LƯỢNG ĐỊNH SỰ PHÁT KHỞI QUYẾT TÂM CẦU GIẢI THOÁT .. 78

MỤC ĐÍCH CỦA VIỆC PHÁT TÂM BỒ-ĐỀ 78

PHƯƠNG TIỆN PHÁT TÂM BỒ-ĐỀ 84

SỰ CẦN THIẾT PHẢI NHẬN BIẾT TÁNH KHÔNG 100

NGHI VẤN VÀ GIẢI ĐÁP 136

PHỤ LỤC 1: PHẦN CHÁNH VĂN KỆ TỤNG CỦA NGÀI TSONGKHAPA 160

CHÍ TÂM ĐẢNH LỄ 160

[LỜI THỆ NGUYỆN KHI SOẠN THẢO LUẬN VĂN NÀY] 160

KHUYÊN BẢO ĐỆ TỬ LẮNG NGHE 160

SỰ CẦN THIẾT PHÁT KHỞI TÂM CẦU GIẢI THOÁT 160

LƯỢNG ĐỊNH SỰ PHÁT KHỞI QUYẾT TÂM CẦU GIẢI THOÁT 162

MỤC ĐÍCH CỦA VIỆC PHÁT TÂM BỒ-ĐỀ 164

PHƯƠNG TIỆN PHÁT TÂM BỒ-ĐỀ 164

SỰ CẦN THIẾT PHẢI NHẬN BIẾT TÁNH KHÔNG 164

[KẾT LUẬN] 166

CONTENT

THE HOMAGE 27

THE PROMISE TO COMPOSE THE TEXT............................29

EXHORTING THE DISCIPLES TO LISTEN 31

NEED TO GENERATE THE DETERMINATION TO BE FREE 33

THE MEASURE OF HAVING GENERATED
A DETERMINATION TO BE FREE 79

THE PURPOSE OF GENERATING THE MIND OF
ENLIGHTENMENT 79

THE MEANS OF GENERATING THE MIND
OF ENLIGHTENMENT 85

THE NEED TO REALIZE EMPTINESS 101

THE HOMAGE 161

[THE PROMISE TO COMPOSE] 161

EXHORTING THE DISCIPLES TO LISTEN 161

NEED TO GENERATE THE DETERMINATION TO BE FREE 161

THE MEASURE OF HAVING GENERATED
A DETERMINATION TO BE FREE 163

THE PURPOSE OF GENERATING THE MIND OF
ENLIGHTENMENT 165

THE MEANS OF GENERATING THE MIND OF
ENLIGHTENMENT 165

THE NEED TO REALIZE EMPTINESS 165

[HAVING GAINED DEFINITE ASCERTAINMENT, ADVICE ON
PURSUING THE PRACTICE] 167

Lời thưa

Trong kinh Pháp Cú, đức Phật dạy rằng: "Pháp thí thắng mọi thí." Thực hành Pháp thí là chia sẻ, truyền rộng lời Phật dạy đến với mọi người. Mỗi người Phật tử đều có thể tùy theo khả năng để thực hành Pháp thí bằng những cách thức như sau:

1. Cố gắng học hiểu và thực hành những lời Phật dạy. Tự mình học hiểu càng sâu rộng thì việc chia sẻ, bố thí Pháp càng có hiệu quả lớn lao hơn. Nên nhớ rằng **việc đọc sách còn quan trọng hơn cả việc mua sách.**

2. Phải trân quý kinh điển, sách vở in ấn lời Phật dạy. Khi có điều kiện thì mua, thỉnh về nhà để tự mình và người trong gia đình đều có điều kiện học hỏi làm theo. Không nên giữ làm của riêng mà phải sẵn lòng chia sẻ, truyền rộng, khuyến khích nhiều người khác cùng đọc và học theo. Không nên để kinh sách nằm yên đóng bụi trên kệ sách, vì **kinh sách không có người đọc thì không thể mang lại lợi ích.**

3. Tùy theo khả năng mà đóng góp tài vật, công sức để hỗ trợ cho những người làm công việc biên soạn, dịch thuật, in ấn, lưu hành kinh sách, **để ngày càng có thêm nhiều kinh sách quý được in ấn, lưu hành.**

Thông thường, việc chi tiêu một số tiền nhỏ không thể mang lại lợi ích lớn, nhưng nếu sử dụng vào việc giúp lưu hành kinh sách thì lợi ích sẽ lớn lao không thể suy lường. Đó là vì đã giúp cho nhiều người có thể hiểu và làm theo lời Phật dạy. Mong sao quý Phật tử khắp nơi đều lưu tâm đóng góp sức mình vào những việc như trên.

TINH YẾU THỰC HÀNH PHÁP THÍ

- Mua thỉnh kinh sách về đọc, tự mình sẽ được rất nhiều lợi ích.

- Chia sẻ, truyền rộng bằng cách cho mượn, biếu tặng kinh sách đến nhiều người thì lợi ích ấy càng tăng thêm gấp nhiều lần.

- Đóng góp công sức, tài vật để hỗ trợ công việc biên soạn, dịch thuật, giảng giải, in ấn, lưu hành kinh sách thì công đức lớn lao không thể suy lường, vì có vô số người sẽ được lợi ích từ việc lưu hành kinh sách.

www.ingramcontent.com/pod-product-compliance
Ingram Content Group UK Ltd.
Pitfield, Milton Keynes, MK11 3LW, UK
UKHW022012220426